மீ காய் கெரூ

(நான் என்ன செய்யட்டும்)

எம்.வி. வெங்கட்ராம்

பதிப்பாசிரியர்:
ரவிசுப்பிரமணியன்

பரிசல்

மீ காய் கெரு - நான் என்ன செய்யட்டும்
எம்.வி. வெங்கட்ராம்
பதிப்பாசிரியர்: ரவிசுப்பிரமணியன்

முதல்பதிப்பு: பிப்ரவரி 2024
பக்கங்கள்: 96
வெளியீடு: பரிசல் புத்தக நிலையம்
235, P பிளாக், எம்.எம்.டி.ஏ. காலனி,
அரும்பாக்கம், சென்னை 600 106
parisalbooks@gmail.com
தொடர்புக்கு: 93828 53646, 88257 67500

அட்டை, புத்தகம் வடிவமைப்பு: பா. ஜீவமணி
அச்சகம்: Compu Printers, Chennai 600 086

விலை: ரூ 130

Mee Kai keru - Naan Enna Seyyattum
M.V. Venkatram
Editer: Ravisubramaniyan

First Edition: February 2024
Language: Tamil
Pages: 96
by Parisal Putthaga Nilayam
235, P Block, MMDA Colony,
Arumbakkam, Chennai 600 106
Contact: 93828 53646, 88257 67500 | parisalbooks@gmail.com

Wrapper, Book Layout: B Jeevamani
Printed by: Compu Printers, Chennai 600 086

ISBN: 978-93-91947-73-6

Price: Rs. 130

Sundaran M

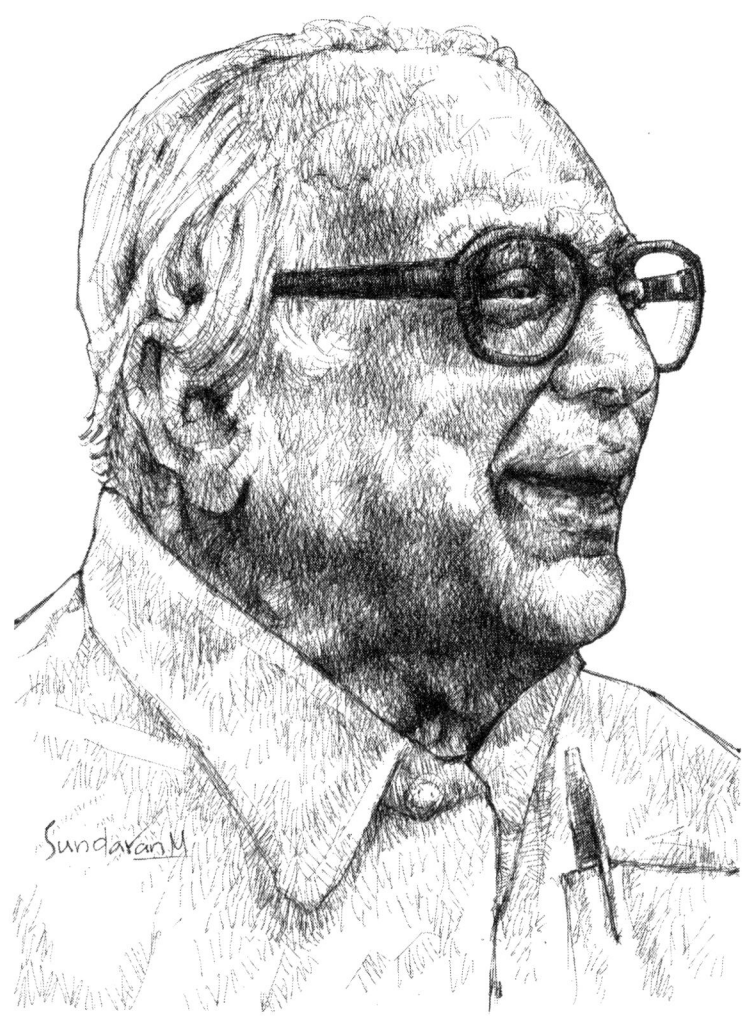

நன்றி

இந்த புத்தகத்தை நான் பதிப்பிக்க ஆதாரமாக இருந்தவர், எம்.வி.வியின் மூத்த மகன் லேட். எம்.வி. சந்திரவதனம். கையெழுத்தின் மூலப்பிரதி கிடைக்காமல், அதன் ஸெராக்ஸை நகல் ஸெராக்ஸ் எடுத்து வைத்திருந்து அதை என் கையில் சேர்த்தது அவர்தான். அதன் பின் இந்த நாவல் வெளிவர பல வகையிலும் ஒத்துழைத்த எம்.வி. குருமூர்த்தி, எம்.வி. ஜெயக்குமார், எம்.வி. சரவணன், மற்றும் அவரது மகள்கள் ஜி.வி. சத்தியவதி, ஆர்.எஸ். கிரிஜா, கே.வி. வைஜேந்தி மாலா, பல வேலைகளுக்கு மத்தியிலும் என் தொந்தரவுகளுக்கு முகம் சுளிக்காமல், கேட்கும் விஷயங்களை உடனுக்குடன் செய்து உதவும் எம்.வி.வியின் பேரர் ஆடிட்டர். எஸ். பாஸ்கரன், மூல நகலின் நகலை குறைந்தபட்சம் படிக்குமாறு சிரமப்பட்டு கணிப்பொறியில் ஒழுங்கு செய்து தந்த மயிலை முத்து கணேஷ், தட்டச்சு செய்து தந்த தம்பி எஸ். கதிரவன், மூன்று முறை பிழைத் திருத்தங்கள் செய்து தந்த தங்கை கார்த்திகா முகுந்த், சௌராஷ்ட்டிர மொழியைச் சரி பார்த்துக்கொள்ள உதவிய நீதிபதி. இல.சொ. சத்தியமூர்த்தி, லே அவுட் செய்து தந்த தம்பி ஜீவமணி, எம்.வி.வியின் கோட்டோவியங்களை வரைந்து தந்த நண்பரும் தமிழாசிரியரும் ஓவியருமான எம். சுந்தரன், இதை வெளியிடும் ‘பரிசல்’ செந்தில்நாதன், இந்தப் புத்தகத்துக்காக மட்டுமல்லாது என் எல்லாப் பணிகளின்போதும் அலைச்சல்களின் போதும் உடன் இருக்கும் தம்பி ஏ. பாரி, பதிப்பு குறித்த ஆலோசனைகள் வழங்கிய தம்பி. ப. சரவணன் ஆகிய எல்லோர்க்கும் என் வந்தனங்களும் நன்றியும்.

எம்.வி.வி.யின்
‘மீ காய் கெரூ’வும் நானும்...

ரவிசுப்பிரமணியன்

1
புனைவின் கணங்களை ஒளிரச் செய்யும் எம்.வி.வி.

எம்.வி.வி.யின் *‘மீ காய் கெரூ’* நாவலும் அவர் ஏற்கெனவே எழுதிய எது போலும் இல்லாத ஒரு வித்யாசமான படைப்பு. 1970களின் பிற்பகுதியில் அவரால் எழுதப்பட்டு, அவரது நூற்றாண்டுக்குப் பிறகு வெளிவரும் ஒரு முற்றுப்பெறாத நாவல் இது. சௌராஷ்ட்ர மொழியில் இதை முழுமையாய் எழுதிய அவரால், தமிழில் நாலு அத்தியாயங்கள் மட்டுமே எழுத முடிந்தது. அது ஏன் என்ன என்ற விவரமான பூர்வாஸ்ரமத்தை நாம் இந்தக் கட்டுரையின் இரண்டாம் பாகத்தில் பார்க்கலாம்.

புதிதாகத் திருமணமான ரகு - மீரா தம்பதியர் அவர்கள் இருவருடைய பெற்றோர்களின் தன்முனைப்பால் ஏற்பட்ட சண்டைகளால், பிரிய நேர்கிறது. பின் வழக்கு விவகாரங்களாக மாறி, பிரிவின் நீளம் நான்கு ஆண்டுகளாகிறது. மாதம் ஒரு முறை பார்க்கலாம் என்று நீதிமன்றம் உத்தரவிட, இயல்பான மனித ஏக்கம் கோர்ட்டுக்குக் கட்டுப்பட வேண்டியிருக்கிறது. காலந்தோறும் வெறும் ஏட்டுச் சட்டங்களைப் பரிபாலிக்கும் சில ‘அறிவாளி’ நீதிபதிகள் தனிமனிதர்களது அகவாழ்வின் நுட்பமான சிக்கல்கள் புரியாமலேயே ஆண்டுக்கணக்கில் வழக்கை இழுத்து எவ்விதமான நிர்பந்தங்களையெல்லாம்

தருகிறார்கள் என்பதையும், 1950களிலும் அவர்கள் 'லட்சணம்' எப்படி இருந்தது என்பதையும் புரிந்துகொள்ள முடிகிறது. நாவலில் வரும் ஜட்ஜ் ஒருவரைப் பற்றிச் சொல்லும் ஒரு விவரணை இப்படி வருகிறது.

> "ஜட்ஜ் எல்லாரையும் உட்காரச் சொன்னார். என்ன சாப்பிட்டாரோ, இல்லை பாக்குத் துகள் எதுவும் சிக்கியதோ தெரியவில்லை. சுவாரஸ்யமாய் குண்டூசியால் பற்களைக் குத்தியவாறே ரகுவையும் மீராவையும் பார்வையிட்டார். அவருக்கு 52 வயது இருக்கும். மீராவைப் பார்க்கையில் அது புரண்டு 25 ஆகிக் கண்கள் ஒளிர்ந்தாலும் மறுநொடியே அவை 52 இல் ஆழ்ந்ததை ரகு கவனித்தான்."

ஜட்ஜ்களும் ஆசாபாசங்களுக்கு உட்பட்ட அற்ப மனிதப் பிறவிகள்தாமே... இன்றும் ஒரு சில புண்ணியவான்கள் அந்தப் பதவிக்கான கண்ணியத்தைக் காத்து, தம் அறத்தையும் சுடர்விட வைக்கிறார்கள். பலர் அதை காற்றில் பறக்கவிட்டு அந்தப் பதவியின் மாண்பை, நீதியை, ஏன், அது சார்ந்த சகலத்தையுமே குலைக்கிறார்கள்.

எம்.வி.வி. என்னுடனான நேர்ப் பேச்சில், "அவர்கள் எல்லாம் தங்களை கடவுளுக்கு மேலானவர்கள் போலவும் கோர்ட்டுக்கு வழக்காட வருபவர்களையெல்லாம் ஏதோ கொத்தடிமைகள் போலவும் நினைப்பார்கள்" என்று சொல்லியிருக்கிறார். "நீதிமன்றக் கட்டிட வடிவமைப்பு, வழக்காடும் நடைமுறைகள், உடைகள் எல்லாமே காலனிய ஆதிக்கத்தின் சொச்சம்தான்" என்று அவர் சொன்னது இன்றைக்கும் பொருத்தமாகவே இருக்கிறது.

'மீரா வரவே மாட்டாளா?' என்று ஏங்கும் ரகுவை நினைத்து அவனுடைய அம்மாவும் அப்பாவும் புலம்புகிறார்கள்.

> "அவ வித்தாரக் கள்ளி. கிறுக்கன் பொண்ணு கிறுக்கியாத் தானே இருப்பா? இந்தப் பீடையைத் தொலைச்சுத் தலை முழுகிவிட்டு, ரகுவுக்கு இரண்டாம் கல்யாணம் முடிக்க வேண்டியதுதான்..."

“அப்பன் கிராக்குதான். ஆனா, மீராவைப் பத்தி நீ சொல்றது சரியில்லே. சின்னப் பொண்ணு, பெற்றவர் சொல்றதை மீறி அவ என்ன செய்ய முடியும்?”

‘கழுத்தோடு நஞ்சை நிறுத்திக் கொண்ட நீலகண்டனைப் போல், சம்பந்தி செய்த எல்லா அவமானங்களையும் நெஞ்சில் போட்டுக்கொண்டு அமைதியாகப் பேசும் அப்பா.’

ரகுவின் பெற்றோர் அங்கலாய்ப்பு அப்படி இருக்க, பாவம்... கல்யாணம் ஆன கொஞ்ச நாட்களிலேயே மீராவைப் பிரிய நேர்ந்த ரகுவின் நினைவுகளும் அவன் படும் பாடுகளும் இப்படி.

“துமி ஜுக்கு அவ்ஸர் பொட்டராஸ். இஸ ஃகோ கொஞ்ஸிடெத் ஸெனம் பில்லோ உஜூலய். பில்லோ ஜெனஸ்த கஷ்டம் மெனா, ஹொவ் டஸ்தேகீ கஷ்டம். அத்த அங்கோ பில்லோ நொக்கோ.” (நீங்க ரொம்ப அவசரப்பட்றீங்க. இப்படி சும்மா முத்தமிட்டா சீக்கிரம் குழந்தை பிறந்துவிடும். குழந்தை பெறுவது கஷ்டம்ங்கிறாங்க. வளக்கறதும் கஷ்டம். இப்போ நமக்குக் குழந்தை வேண்டாம்.) - மீரா.

‘நல்ல வேளை, சில மீன் இனங்கள் பார்வையாலேயே தம் இன வேட்கையைத் தீர்த்துக்கொண்டு கருத்தரிக்குமாமே, அதைக் கேள்விப்பட்டிருந்தால், நாம் ஒருவரை ஒருவர் பார்த்துக் கொள்வதே அசிங்கம்... குழந்தை பிறந்துவிடும் என்று சொல்லாமல் இருந்தாளே புண்ணியவதி!’

‘மீரா இவ்வளவு தெரியாதவளா?’ என்று அவனுக்கு ஆச்சரியமாக இருந்தது. இவ்வளவு தெரியாதவளாக இருக்கிறாளே என்று கர்வமாகவும் இருந்தது. இந்தப் பூவாத பூங்கமலத்தை, புரையா மணிவிளக்கை, மோவாத முத்தாரத்தைத் தன் உடைமையாகப் பெற்றது எண்ணி அவன் திருப்தியில் பூரித்தான்.

‘ஒரே ஊரில், அதுவும் மூன்றாவது தெருவில் உள்ள மனைவியை கணவனோடு வாழச் சொல்வதற்கு கோர்ட், ஜட்ஜ், வக்கீல்கள், சட்டப் புத்தகங்களின் உதவியை ஒரு காட்டான் நாடுவானா?’ - மீராவின் அப்பா பற்றி ரகுவின் நினைப்பில்.

மீராவைப் பற்றியும் அவளோடு இருந்த பொழுதுகளைப் பற்றியும் இப்படி நினைத்துக்கொண்டே உணர்ச்சிவசப்பட்ட நிலையில் வேலை பார்க்கும்போது, அவன் எடுத்து இழுத்த நீள் பட்டுப் பாவு நூல் சிக்கலாகிவிடுகிறது. தெருவில் ஜரிகைப் பாவை நீட்டி ராமசாமி முதலியார் சுருக்கங்களையும் அறுதல்களையும் சுத்தம் செய்துகொண்டு இருக்கிறார். அவரிடம் ரகு,

"என்ன முதலி, எப்படி இருக்கு? சரி பண்ண முடியுமா? இல்லாவிட்டா பாவு பூராவும் இழைச்சுடலாமா?"

"வேண்டாங்க, சரியாயிடும். நீங்க ரொம்ப ஜாக்கிரதையாக இருக்கிறவங்க. அது எப்படிங்க இவ்வளவு சிக்காயி அறுந்தது?"

"மொன்னு ஸெர்க்கோஸ் ந்ஹி. அஜாக்கிரத லெங்கால் கயிண்டோ புஸ்கோ ஹொய்யோ." (மனசே சரியாக இல்லை. அஜாக்கிரதையால் ஜரிகை நூல் சிக்காகிவிட்டது.)

"ஏதோ யோசனை. அலமாரி கொக்கியிலே மாட்டி இருந்ததைக் கவனிக்காமே, இழுத்துவிட்டேன்."

"நான் மிகவும் ஜாக்கிரதையானவன்தான். ஆனால், இரு கண்களையும் அகலமாய்த் திறந்து வைத்திருக்கும்போதே, படக்கூடாதவையும் தட்டுப்படுகின்றனவே, ஏன் அப்படி?"

"எதுவுமே இப்படித்தான் நடக்கிறது. மாட்டிக் கொண்டிருப்பது தெரியாமல் இழுத்துவிடுகிறோம்; கஷ்டப்படுகிறோம். அது மட்டும் மெய் அல்ல. சில வேளை, மாட்டிக் கொண்டிருப்பது தெரிந்து - யாரும் அறியாமல் மெதுவாக அதிலிருந்து வெளிப்படவும் முயலுகிறோம். அப்போதும் மாட்டிக்கொண்டு கஷ்டப்படுகிறோம். ஏன் அப்படி?"

எந்த ஸ்வரத்தை எந்த அளவில் எங்கு தொட்டு, அங்கிருந்து எந்த ஸ்வரத்துக்குத் தாவிச் சென்று, என்ன விதமான நாதத்தை எப்படி எழுப்ப வேண்டும் என்பதில் விற்பன்னன் அல்லவா எம்.வி.வி.! அது இந்த நாவலிலும் தொடர்கிறது.

கதையோடு சொல்ல வந்ததை அல்லது சொல்ல வேண்டியதை அப்படியே போகிற போக்கில் எப்படிப் புனைத்துப் போக வேண்டும் என்பது, அவருக்கு எழுதி எழுதிப் பிடிபட்ட கைவாகு.

மனைவி இருந்தும் இல்லாமல் இருக்கும் ரகுவின் அவஸ்தை நினைவுகள் எப்படி விதவிதமாய்ப் போகின்றன என்பதைச் சொல்லும் வெவ்வேறு இடத்தில் வரும் சில வரிகள் இவை.

> 'மீரா என்ற சொல் பெண் வடிவாய், ஆனால் உருவத்தை வெளியில் காட்டிக்கொள்ளாமல் உடலை 'ங'ப்போல் வளைத்துச் சுருட்டிக்கொண்டு அவன் மனத்தில் கிடந்தது. அவன் குரலுக்கு அது தலைதூக்கியும் பார்க்கவில்லை.'

> '...சாந்தி முகூர்த்தத்தன்று அவள் 'ட' போல் வளைந்து உறங்கிவிட, அவன் 'ஆ' வென்று காத்திருந்து ஏமாற்றமுற்றதுபோல் இரண்டாவது நாளும் அவன் ஏமாற விரும்பவில்லை.'

> '...ஒத்துழைப்பை நிறுத்திக் கொள்வதும் - அவனுடைய வேட்கையின் கழுத்தைத் திருகி எறிவதுபோல் இருக்கும்; ஆழம் என்று மேலே இருந்து குதித்தவனுக்கு மணல் திட்டில் காலை ஒடித்தாற் போல் இருக்கும். சமதளம் என்று கை வீசி நடந்தவனுக்குத் தடுக்கி விழுந்தாற் போல் இருக்கும். கனிந்து குலுங்கிய உணர்ச்சியை மொட்டை அடித்தாற் போல் இருக்கும்.'

இன்னொரு விசேஷம், அவருடைய வேறு சில படைப்புகளில் கையாண்டது போலவே இந்த நாவலின் சில இடங்களிலும் அவர் சௌராஷ்டிரப் பேச்சு மொழியை தமிழ் லிபியில் எழுதி, பின் அதை அடைப்புக் குறிக்குள் தமிழில் மொழிபெயர்த்து எழுதிச் செல்கிறார்.

புதினத்தின் துவக்கப் போக்கு எப்படி இருக்கிறது என்று உங்களுக்குக் கொஞ்சம் தீற்றலாக விளங்கியிருக்குமென நம்புகிறேன்.

நாவல் வடிவத்தை சிறப்பாகவும் பரீட்சார்த்த முயற்சிகளோடும் வெற்றிகரமாகக் கையாண்ட எம்.வி.வி., தாம் சொல்ல வந்த

வாழ்க்கை குறித்த பார்வையை - தம் கதை மொழியாலும், மேற்கண்டவை போன்ற நேர்த்தியான உரையாடல்களாலும் தம்முடைய உயிரோட்டமான கதாபாத்திரங்கள் வழியாகவும் நகர்த்திச் செல்கிறார். அபூர்வமான சில பாத்திரங்கள் மூலம் தனி மனித உணர்வின் விசித்திரக் கோணங்கள் எப்போதும் அவர் படைப்புகளில் வெளிப்பட்டபடியே இருக்கும்.

தாய் தந்தையராக இருந்தாலும்கூட, பண வேட்கையும் சுயநலமும் மனிதர்களை எப்படியெல்லாம் யோசிக்க வைக்கின்றன என்பதையும் சந்தர்ப்ப சூழ்நிலைகள் வியாபாரிகளின் தந்திரங்களை, குயுக்தியான எண்ணங்களை, சுரண்டல்களை எவ்விதம் நியாயப்படுத்துகின்றன என்பதையும் அதை இயல்பாக ஆக்கிக்கொண்ட மனிதர்களின் சுபாவத்தோடு இணைக்கும் இடங்கள் நுட்பமானவை.

இந்த நாவலில் ‘கச்சன்னா’ என்று ஒரு பாத்திரம். அந்த ஒரு பாத்திர வார்ப்பைப் பற்றிச் சொன்னாலே அவரது அனாயாசமான கலை விளையாட்டு புரியும்.

> ‘கச்சன்னா சௌராஷ்டிரத் தெருக்களில் புகுந்து புறப்படாத இடமே இல்லை. எல்லா வீடுகளிலும் சுயேச்சையாகப் போவான்; எட்டிப் பார்ப்பான்; உற்றுக் கேட்பான். இந்த வட்டாரத்தில் எங்கே கலியாணம் முடிவானாலும், யார் செத்தாலும் யாருக்கு டீ.பி., கேன்சர் போன்ற பெரிய நோய்கள் பீடித்தாலும், யாராவது ஓடிப்போனாலும், மகாமகக் குளத்தில் விழுந்தாலும் அவனுக்குத்தான் முதல் தகவல் கிடைக்கும். கிடைத்த தகவலை தானே மனத்தில் வைத்துக்கொண்டு புழுங்க மாட்டான். தெருத்தெருவாக வீடுவீடாக, சொல்ல வேண்டிய இடத்திலும், சொல்லக்கூடாத இடத்திலும் உரத்த தண்டோராக் குரலில் சொல்லிக்கொண்டே செல்வான். அவன் ஒருவரைப் பற்றிப் பேசத் தொடங்கினால், அவர் யாருடைய பேரன், யாருடைய பிள்ளை, யாருக்கு மாப்பிள்ளை என்பது போன்ற வம்சாவளியையும் உறவுமுறைகளையும் பிசகு இல்லாமல் சொல்வான். குழந்தைகளுக்கு மட்டும் அல்ல, பெரியவர்களுக்கும் அவனைச் சீண்டி விட்டு வேடிக்கை பார்ப்பது பொழுதுபோக்கு.’

தேர்ந்த கலைஞர்களுக்கு தம்மை நிரூபிக்க ஏற்ற - அனுகூலமான வடிவமாக நாவல் இருந்தாலும்கூட, வெறும் கதையை மட்டுமே சொல்லிச் செல்ல நிர்ணயிக்கப்பட்ட சட்டக எல்லைகள் கொண்ட பரப்பு அல்ல அது; பல அடுக்குகள் கொண்ட ஒரு புனைவின் வடிவம்; எல்லையற்ற சுதந்திர சாத்தியங்களைத் தருகிற அகண்ட வெளி. அந்த வெளியில் ஒரு நாவலாசிரியன் எவ்வளவு விஸ்தீரணங்களை எப்படிக் கையாள்கிறான், என்னென்ன விதமான சேர்மானங்களைச் சேர்த்து அலுப்பு தட்டாமல் கொண்டு செல்கிறான், அதுவரையில் நாவல் என்ற வகைமைக்குள் வராத ஒரு புதிய களத்தை அல்லது வாழ்வை — அவன் எப்படி அறிமுகப்படுத்துகிறான், அவனுக்கும் உள்ளடக்கத்துக்குமான உறவு என்ன, அதை அவன் எவ்விதம் நம்பகத்தன்மையோடு வெளிப்படுத்துகிறான் — இப்படிப் பல கூறுகள் சரிவிகித பதத்தில் சேர்ந்துதான் ஒரு நாவல் வெற்றிகரமான நாவலாக உருமாறுகிறது. இவை எல்லாவற்றையும்விட, தான் சொல்ல வந்த கதையை நாவலாசிரியன் எவ்வாறு நாவல் அனுபவமாக மாற்றுகிறான் என்ற முக்கியமான தருணத்தில்தான் அவனது தரிசனமே வாசகனுக்கு நிகழ்கிறது.

எம்.வி.வி. இந்த நாவலில் அவரது காலத்தில் வாழ்ந்த சௌராஷ்டிர மக்களின் வாழ்வு, அவர்களது வணிகம், அவர்களது சங்கம், அது செயல்பட்ட விதம், பக்தி, படிப்பு, பண்பாடு, சமூக, குடும்பப் பழக்கவழக்கங்கள், அவர்கள் ஒரு விஷயத்தைக் கையாளும் விதம் - இப்படிப் பல விஷயங்களை கதைப்போக்கில் சொல்லிக்கொண்டு போகிறார்.

> “...எங்களுக்குள்ளேயே துவைதிகள், விசிஷ்டாத்வைதிகள், அத்வைதிகள், சித்தாந்திகள் இருக்கிறாங்க. அய்யர், அய்யங்கார், சர்மா, ராவ் என்றெல்லாம் சொல்லிக்குவோம். ஆனா, சம்பந்தம் செஞ்சுக்க மத வேற்றுமைகளைப் பார்க்கிறதில்லே” என்றான் ரகு.
>
> “வெரிகுட். குடிசித்தா, கனாசித்து, மைசூர், ரெங்காங்கிற உங்க பட்டப் பெயர்கள் எப்படி ஏற்பட்டுது?” - ஜட்ஜ்.
>
> “ஒரே கோத்திரத்தைச் சேர்ந்தவர்களுக்கு ஒரு பட்டப் பெயர் இருக்கும். வெவ்வேறு பட்டப் பெயர்கள் உள்ள சில குடும்பங்களுக்கு ஒரே கோத்திரம் இருப்பது உண்டு.

ஆனால், இந்தப் பட்டப் பெயர்கள் எப்படி வந்தன என்று தெரியல்லே. சில பெயர்களுக்கு அர்த்தமே புரியல்லே. அதைப் பத்தி இப்போ சில பேர் ஆராய்ச்சி செய்றதா தெரியுது." - ரகு.

தம்பதியரின் பிரிவாற்றாமை முதல் அத்தியாயத்திலும், பிறகு வழக்கு, கோர்ட் வளாகச் சண்டைகள், தீர்ப்பு போன்றவை இரண்டாம் அத்தியாயத்திலும் வருகின்றன. மூன்றாவது அத்தியாயத்தில் வேறு வழியின்றி தம்பதிகளைச் சேர்த்துவைக்க ரகுவின் மாமனார் வருவதும் சம்பந்திகளின் சமாதானமும் நடக்கின்றன. ரகுவை செளராஷ்டிர சங்கத் தலைவனாக ஆக்க வந்த சங்க ஆட்கள், அதைப் பேசி முடித்து விடைபெற்றுச் செல்லும் போது, சட்டென நான்காவது அத்தியாயம் நின்றுவிட்டது; நல்ல வாசிப்பின் லயிப்பில் இருக்கையில் வீணையின் நரம்பு அறுந்துவிட்டது போல. நாவலின் மிக முக்கியமான இடம் அது. ஏனெனில் ஐந்தாவது அத்தியாயத்திலிருந்துதான் அவர் தன் சுய அனுபவங்களோடு களமாட வருவார். அதற்கு முன்பு எழுதியது அவர் கண்ட கேட்ட அனுபவங்களே. இந்த நாவலின் கதாநாயகி மீரா, ரகு மறைந்த பின் தொண்ணூறு வயதை நெருங்கியபடி இன்னமும் அதே பகுதியில் இருக்கிறார். கச்சன்னா உயிரோடு இல்லை. அவர் வாரிசுகள் பேரப்பிள்ளைகளோடு அங்கே உள்ளனர்.

எம்.வி.வி. சங்கத்தில் தலைவராகி அவர் பட்ட அனுபவங்களோடு சொல்லப்புகும் நேரம் தமிழில் அவரால் நாவலை முடிக்க இயலவில்லை. ஆனால், செளராஷ்டிராவில் எழுதி முடித்து, அது செளராஷ்டிரமணி இதழ் ஆசிரியரிடம் தரப்பட்டு, மூன்று அத்தியாயங்கள் அதில் வெளிவந்து, தொடர முடியாமல் போய், பின் ஸ்கிரிப்ட்டும் காணாமல் போய்விட்டது.

கும்பகோணம், செளராஷ்டிரா நடுத்தெருவில் கோல்கொண்டா நன்னய்யருக்குச் சொந்தமான கட்டிடத்தில் இயங்கிவந்த பட்டுக்கூட்டுறவு நெசவாளர் கடனுதவிச் சங்கத்தின் மதிப்புறு இயக்குநராக எம்.வி.வி. நியமிக்கப்பட்டு, அதில் செய்யாத தவற்றுக்குக் குற்றம் சாட்டப்பட்டு, சில ஆண்டுகாலம் கோர்ட் படிக்கட்டுகள் ஏறி இறங்கி வழக்காடி, சிறை செல்லாமல் தப்பிப் பிழைத்தவர். அவருடைய இந்த நீதிமன்ற

அனுபவங்களை, அவர் கண்ட வழக்கறிஞர்கள், குமாஸ்தாக்கள் மற்றும் நீதிபதிகளின் போக்கினை நையாண்டியாக, வருத்தமாக, கேலியாக, விமர்சனமாக 'விவகாரமும் விவாகமும்', 'புரட்சிப் பெண்' போன்ற சில கதைகளில் ஏற்கெனவே எழுதியிருந்தாலும் இந்த நாவலிலும் அவை நீட்சி கொள்கின்றன. தொடர்ந்து போயிருக்கலாம்... நமக்கு லபித்தது அவ்வளவுதான்; வேறென்ன சொல்வது!

புனைவின் விதவிதமான சாத்தியங்களை தம் படைப்புகளில் உருவாக்கிப் பார்த்தவர் எம்.வி.வி. கதாபாத்திரங்களை உருவாக்கி அவர் உலவவிடும் விதம், அதனுள் ஊடுபாவாய் நெய்யும் மொழி, முரண்களும் மோதல்களும் உருவாகும் தருணங்கள், அம்மோதல்களில் ஒரு பாத்திரத்துக்கான சார்பு நிலை எடுக்காமல் இருத்தல், இடைவெட்டாய் ஃப்ளாஷ்பேக் உத்தியோடு சீராக கதையை வளர்த்துச் செல்லும் போக்கு, இவற்றின் ஊடாக ஒளிரும் சில புனைவின் கணங்கள் போன்றவை - அகமும் புறமுமாய் அவரது எழுத்தின் முதிர்ச்சி ஆகியவற்றை இந்த நாவலும் துலக்கமாகக் காட்டுகிறது. நாவலின் முடிவை நோக்கி அவர் பயணப்பட்ட தடம் புரிகிறது. ஆனால், அந்தப் பாதையில் அவர் நம்மை அழைத்துக்கொண்டு போகையில் துரதிர்ஷ்டவசமாய், எழுதிவந்த அவரது கையின் அசைவு நின்றுவிட்டது. தம் மனப்போக்கில் தம் கையாலேயே பல்லாயிரக்கணக்கான பக்கங்களை எழுதிப் பழகிய அவருக்கு, அதன் பின் சொல்லிச் சொல்லி யாரையும் எழுத வைக்க மனம் கூடவில்லை; இதற்கு மேல் இது பற்றி எழுத எனக்கும்.

2
பூர்வாஸ்ரமம்

தஞ்சை ப்ரகாஷ்தான் இந்த நாவலுக்கு வித்திட்டவர். அது பற்றி பிரகாஷ் என்னிடம் பகிர்ந்துகொண்ட எம்.வி.வி.யுடனான அந்த சம்பாஷணையை இங்கு பதிவு செய்வது பொருத்தமாக இருக்கும்.

"சார் உங்க மொழில நாவல் கதை புஸ்தகம் எதுவும் வந்திருக்கா சார்?"

“ம்ஹூம்... எனக்குத் தெரிஞ்சு, வரல்ல.”

“அப்ப நீங்களே அதுக்கு புள்ளையார் சுழி போட்டுருங்க சார்.”

“ஏதாவது புரிஞ்சு பேசுறீங்களா? இப்படித்தான் எதையாவது சொல்லி, ஆளுங்கள குஜால் பண்ணி வுடறதா? இதே வேலையாய்யா உமக்கு?”

ஆனாலும், “முதல் புதினத்தை நீங்களே உங்க பாஷையில எழுதிருங்களேன் சார்” என்ற ப்ரகாஷின் அந்த வசீகர வாசகம் அவரைத் துரத்த, தமிழ் லிபி வழியே சௌராஷ்டிரப் பேச்சு மொழியில் *‘மீ காய் கெரூ’* எனப் பெயரிட்டு முழு நாவலையும் கிடுகிடுவென எழுதி முடித்துவிட்டார் எம்.வி.வி. இருந்தும், ஏனோ அவருக்கு அதை வெளியிட மனம் வரவில்லை.

“எழுதியாச்சு. *‘சௌராஷ்டிர மணி’*ல (சௌராஷ்டிரர்களுக்காக அப்போது கும்பகோணத்தில் நடத்தப்பட்ட பத்திரிக்கை.) மூணு அத்தியாயம் பிரசுரத்துக்காகவும் குடுத்தாச்சு. அப்புறம் என்ன சார். முழு புஸ்தகத்தை நான் போட்டுடறேன்னுதான் சொன்னேனே. எங்கிட்ட குடுங்க நான் கொண்டாந்துடறேன்.”

“இன்னும் போட்டுப் போட்டு எவ்ளோத்த அடுக்கி வைக்கப் போறீர்? சொன்னா கேளுமய்யா. வேண்டாம். போகாது.”

“போறதுக்காகப் போடணும்ன்னா, நாம வாய்ப்பாடுல்ல சார் போடணும்?”

“நான் சொல்றதை சரியாப் புரிஞ்சுக்கங்க. கடகடன்னு ஏதாவது பேசிட்டே போகாதீங்க. பட்டுநூல்காரன் பத்தியெல்லாம் எல்லார்க்கும் தெரியணும்ன்னா, அதைத் தமிழ்ல எழுதினாதான் கொஞ்சமாவது போய்ச் சேரும். அதை சௌராஷ்ட்ராவுல எழுதினா? எங்காளுங்க படிப்பைப் பத்தி எனக்குத் தெரியாதா? ஏற்கெனவே நான் தமிழ்ல எழுதினதையே இங்க படிக்க ஆள் இல்ல. செட்டியாரைக் கேட்டா (மணிவாசகர் பதிப்பகம், மெய்யப்பன் செட்டியாரைச் சொல்லியிருக்கிறார்.) கதை கதையா சொல்வார்.”

“ஏதாவது சொல்லி என் வாயை அடைச்சுருவீங்க. சரி சார். விடுங்க. நீங்க சௌராஷ்ட்ராவுல எழுதினதை எனக்கு தமிழ்ல சொல்லுங்க.”

“அதுக்கென்ன... சொன்னா போச்சு. நாம பஞ்சாமய்யர் கடைக்குப் போய் ஏதாவது டிபன் சாப்ட்டுட்டு, காபி குடிச்சிட்டு வெத்தலைச் சீவல் வாங்கிக்கிட்டு, அப்படியே ராமசாமி கோயிலுக்குப் போயிடலாம்”

என்று ராமசாமி கோயில் பிராகாரத்தில் அமர வைத்து கதையைச் சொல்லியிருக்கிறார் எம்.வி.வி.

“சார்... இப்படி ஒரு நாவலை ஏன் சார் போட வேணாம்ன்னு சொல்றீங்க?”

“ஆமா. என்னென்னமோ எழுதுனேன். இப்ப முழுசா சௌராஷ்ட்ராவுலயும் எழுதியாச்சு.”

“நானே போட்டுடறனே சார்...”

“ஏதாவது ப்ராக்ட்டிகலா பேசுமய்யா. சும்மா சொன்னதையே மறுபடி மறுபடி சொல்லிக்கிட்டு...”

“சரி சார், நான் ஒண்ணே ஒண்ணு சொல்றேன். அதையாவது செய்ங்க. சூட்டோட சூடா இதை அப்படியே நீங்க தமிழ்ல எழுதிடுங்க. செட்டியாரே போட்டுருவார்.”

“ஆமா. போடுவார், போடுவார். தூக்கி மூலைலதான் போடுவார். ‘காதுகள்’ (நாவல்) ஸ்கிரிப்ட்டே என்ன கதியாச்சுன்னு இன்னமும் எனக்குத் தெரியல்ல...”

“அப்ப ஜானகிராமன்... இல்லைன்னா, க.நா.சு. கிட்ட சொல்லி கொண்டு வந்துடலாம் சார்.”

“முருகா... இங்க பாருமய்யா. அதெல்லாம் யார்கிட்டயும் கேக்க வேணாம். க.நா.சு. எழுதினது மொழிபெயர்த்ததுல்லாம் மூட்டைக் கணக்குல இருக்கு. அதைப் போடவே இங்க ஆளைக் காணோம்.”

“சார் நீங்களே இப்படில்லாம் பேசலாமா?”

மீ காய் கெரு? | 15

“என்னய்யா க.நா.சு. பத்திச் சொன்னா உமக்கு அவ்ளோ கோவம் வருது?”

“பின்ன என்ன சார்... யாரும் அவர் புக்ஸைப் போடலேன்னா நானே சப்ஜாடா எல்லாத்தையும் கொண்டு வந்துருவேன் சார்.”

“யாரு... நீரா? ஹே... அதுக்கு இன்னொரு ஜென்மம் எடுக்கணும். சும்மாவே இருக்க மாட்டீராய்யா?”

“நீங்க இருந்தீங்களா?”

“இருக்கேனே...”

“உங்க வயசு வர்றப்ப நானும் இருக்கேன் சார்.”

“சரிய்யா... நான் தமிழ்ல எழுதிடறேன். ஆனா, முன்னைப் போல இப்ப என்னால வேகமா எழுத முடியலையே ‘மீ காய் கெரூ’?”

“ஒரு பத்திரிக்கை ஆரம்பிக்கிற யோசனை இருக்கு. எழுதுங்க... அதுல நாம தொடரா போட்டுறலாம் சார்.”

“அடங்கவே மாட்டீரா? சரிய்யா, உமக்காக எழுதுறேன். அப்புறம் உம்ம இஷ்டம்.”

பிரகாஷ்க்குச் சொன்னபடி தமிழில் எழுதிக்கொண்டிருக்கும் போதுதான் அவருக்கு கை இயக்கம் குன்றி எழுத முடியாமல் போய் தமிழில் ‘மீ காய் கெரூ’ நாவல் முற்றுப்பெறாமல் நின்றுவிட்டது. இது சிசு மரண தோஷம்கொண்ட ப்ரகாஷின் ‘பாலம்’ இதழில்தான் தொடராக வெளிவரத் துவங்கியது. தேனீக்குப் பின் எம்.வி.வி. கௌரவ ஆசிரியராக இருந்தது பாலம் இதழுக்குத்தான். ‘பள்ளிக்கூட அட்லாஸ்’ அளவில் பெரிய வடிவம் கொண்ட பத்திரிகையான அது 2 ரூபாய் விலையில் ஐம்பத்து ஆறு பக்கங்களில் வெளியானது.

நான் தொடர்ந்து படித்த வகையில் இந்த நாவலின் தற்போதைய இவ்வடிவம் அவரின் ஃபர்ஸ்ட் டிராஃப்ட்டாக இருந்திருக்கக்கூடும். ஒரு வேளை கைகள் ஒத்துழைத்து அவரால் இதை முழுமையாக எழுத முடிந்திருந்தால் குறைந்தபட்சம்

இன்னும் இரண்டு தடவையாவது எடிட் செய்துதான் வெளியிட்டிருப்பார்.

அவர் எழுதி பல்லாண்டாக வெளிவராத ஒரு சூழல் அவரது *'காதுகள்'* நாவலுக்கும் ஏற்பட்டது. எப்படியோ, அதை அவர் இருந்தபோதே அன்னம் பதிப்பக மீரா அண்ணன் வழியாக கொண்டுவந்துவிட்டேன்; இந்த *'மீ காய் கெரூ'* (நான் என்ன செய்யட்டும்) இப்போது அவர் இறந்த பின். ஒரு வகையில் இவ்விரண்டையும் வெளிக்கொண்டு வரும் பொறுப்பை காலம் என் கையில் வழங்கியது போலும்.

பிற மொழி இலக்கியங்களிலும் இப்படி முற்றுப் பெறாத நாவல்கள் உண்டு. ஃப்ரான்ஸ் காஃப்கா, *'தேர் ஹெய்சர்' (Der Heizer)* என்ற பெயரில் எழுதி, அவர் இறப்புக்கு பின் *'அமெரிக்கா' (Amerika)* என்ற பெயரில் வெளிவந்த நாவல் மற்றும் சார்லஸ் டிக்கன்ஸ் எழுதிய *'தி மிஸ்டரி ஆஃப் எட்வின் ட்ரூட்' (The Mystery of Edwin Drood by Charles Dickens)*, ஹென்றி ஜேம்ஸ் எழுதிய *'ஐவரி டவர்' (The Ivory Tower by Henry James)*, அலெக்சாந்தர் புஷ்கின் எழுதிய *'துப்ரோவ்ஸ்க்கி' (Dubrovsky by Alexander Pushkin)*, வில்கி காலின்ஸ் எழுதிய *'பிளைண்ட் லவ்' (Blind Love by Wilkie Collins)* - இப்படி பல நாவல்களை நாம் குறிப்பிட முடியும்.

தமிழிலும் முற்றுப்பெறாப் படைப்புகளுக்கென வரலாறு உண்டு. 1898 இல் அ. மாதவையா எழுதத் துவங்கிய *பத்மாவதி சரித்திரம்* நாவலின் முதல் பகுதி முழுமையற்ற வடிவில்தான் வெளியானது. மிகுந்த சந்தேகத்துடன் வாசகர்களால் இது விரும்பப்படாமல் போகலாம் என்று தாம் எண்ணுவதாக மாதவையா அதன் முன்னுரையில் குறிப்பிடுகிறார். பரிதிமாற்கலைஞர் என அழைக்கப்பட்ட வி.கோ. சூரியநாராயண சாஸ்திரி இந்த நாவலைப் பாராட்டி தயக்கம் தேவையில்லை என்று எழுதியதாலும் மேலும் ஒரு சில மதிப்புரைகள் ஆங்கிலத்தில் வந்ததாலும் அவற்றால் ஊக்கம் பெற்ற மாதவையா 1899 ஆம் ஆண்டில் *'பத்மாவதி சரித்திரம்'* நாவலின் இரண்டாம் பகுதியையும் எழுதினார். 1899 இல் இரண்டு பகுதிகளும் இணைந்து ஒரே நூலாக வெளிவந்தன. அதன் தொடர்ச்சியை

அவர் 1923 இல் ‘*பஞ்சாமிர்தம்*’ இதழில் எழுத ஆரம்பித்தார். ஆனால், அதை முடிக்கும் முன்பே அவர் மறைந்தார்.

பாரதியார் எழுதிய ‘*சந்திரிகையின் கதை*’யும் முற்றுப் பெறாததே. தாம் எழுதிய ஒரே சமூக நாவலான ‘*சந்திரிகையின் கதை*’யில் ஒன்பது அத்தியாயங்கள் முடிந்து பத்தாவது அத்தியாயத்தில் ஏழு பக்கங்கள் எழுதி இருந்த நிலையில் பாரதியார் மறைந்தார். கைம்பெண்ணின் மறுமணம் பற்றிப் பேசும் இந்த நாவலில், அப்போது வாழ்ந்துகொண்டு இருந்த மனிதர்களே பாத்திரங்களாக வருகிறார்கள். சுதேசமித்திரன் ஆசிரியர் ஜி. சுப்பிரமணிய ஐயரும், விதவை மறுமணத்துக்கென ஒரு இயக்கமே ஆரம்பித்து நிறைய திருமணங்கள் செய்து வைத்தவரும் தெலுங்கில் ‘*ராஜசேகரா சரித்ரா*’ என்ற முதல் நாவலை எழுதியவரும் சென்னையில் மாநிலக் கல்லூரியின் தெலுங்குத் துறையில் வேலை பார்த்தவருமான கந்துகூரி வீரேசலிங்கம் பந்துலுவும் இதில் பாத்திரங்களாகவே வருகின்றனர்.

கல்கியின் ‘*அமரதாரா*’ நாவல், அவரால் எழுதத் துவங்கப்பட்டு பின் அவரது மகள் ஆனந்தியால் முடிக்கப்பட்டது. தஞ்சை ப்ரகாஷின் ‘*புறா ஷோக்கு*’ நாவலும் முற்றுப்பெறாத நாவலே. ஆனால், இதிலும் எம்.வி.வி. கதை வித்யாசமானது. அவர் உயிரோடு இருந்தும் பதினேழு ஆண்டுகள் எழுத மறுத்த கையால் தமிழில் முற்றுப்பெறாமல் போன நாவல் இது.

“நான் ஜானகிராமனைப் பத்தி குறைஞ்ச பட்சம் ஒரு நூத்தம்பது பக்கத்துலயாவது ஒரு புஸ்தகம் எழுதணும்னு பார்க்கிறேன். நான் அவரைப்பத்தி எழுதினது ரொம்ப ரொம்பக் குறைச்சல். அப்ப இருக்க மூட், ஞாபகங்கள், உடல் உபாதைகள் எல்லாம் சேர்ந்தது இல்லையா... கரிச்சான் குஞ்சு, கு.ப.ரா. பத்தி எழுதினது போல, கரிச்சான்குஞ்சு பத்தியும் பிச்சமூர்த்தி பத்தியும்கூட எழுத எனக்கு ஆசைதான். ஆனா, என்ன செய்யறது? எண்பத்து மூணுக்குப் பிறகு என்னால எழுதவே முடியலயே” என்று கும்பகோணம் இலக்கியச் சந்திப்புக் கூட்டத்தில் வேதனைப்பட்டார் எம்.வி.வி.

அவர் எழுத முடியாதது மட்டுமல்ல, எழுதி பாதியில் விட்டவையும் செய்ய நினைத்த காரியங்களும் சில இருந்தன. அதன் பின் அவருக்கு முழுக்க காதுகேட்காமலாகி, கண்களில்

பார்வை போய், மனப்பிறழ்வும் உண்டாகி, விதி ருத்திரமாய் ஆடி முடித்த பின் மரணம் அவரை அழைத்துக்கொண்டது.

ரோமாபுரிச் சக்ரவர்த்தி மார்க்கஸ் ஆரேலியஸுடைய 'ஆத்ம சிந்தனை' நூலை ராஜாஜி மொழிபெயர்த்திருப்பார். அந்தப் புத்தகத்தை எனக்குத் தந்தவரும் சாட்ஷாத் எம்.வி.வி.யேதான். அந்தப் புத்தகத்தின் கடைசி பாராவில் இப்படி வாசகங்கள் வரும்.

"நீ இவ்வுலகத்தினின்று ஐந்து வருஷம் முன்பு போனால் என்ன? பின்பு போனால் என்ன? எந்தச் சக்தி உன்னை உண்டாக்கிற்றோ, அந்தச் சக்தி உன்னைப் போ என்கிறது. இதில் என்ன குற்றம்? நாடகத் தலைவன் நடிகனை போ என்பதில் என்ன பிழை? 'ஐயோ! நாடகம் முழுவதும் ஆடவில்லையே' என்பாய். நாடகம் முடியவில்லையென்பது உண்மைதான். ஆனால் முடியாத நாடகமே நாடகம். நாடகத்தலைவன் இட்ட முடிவே முடிவு. நாடகத்துக்கோ நாடகத்தின் முடிவுக்கோ, நீ தலைவன் அல்லன். ஆகையால், கலங்காமல் உடலைவிட்டு சாந்தி அடைவாய். தெய்வமே சரண்! நீங்குவாயாக."

அவர் மரணத்துக்கும் அவர் எழுதாத அல்லது முடிக்காதுவிட்ட படைப்புகளுக்கும் காரியங்களுக்கும் இது பொருந்தும் என்றே தோன்றுகிறது.

அவர் இருந்தபோது கேட்டும் அவரது நூல்களை வெளியிடாத சில 'புகழ்பெற்ற பதிப்பகங்கள்' அவர் இறந்த பின், "எம்.வி.வி. புக் எதுவும் வெளிவராதது இருக்கா?" எனக் கேட்டார்கள். எதுவும் இல்லை என்று சொல்லிவிட்டேன். அப்போதுதான் 'மீ காய் கெரு'வின் நினைப்பு வந்தது.

'ஐயோ... இந்த நாவல் முற்றுப்பெறாமல் இருக்கிறதே. சௌராஷ்டிர சமூகக் கதையாச்சே. இதற்கு தகுதியும் பொருத்தமுமுள்ள யாரையாவது எழுத வைத்து முற்றுப் பெற்றதாக்கி ஏதாவது ஒரு பதிப்பகத்துக்கு வெளியிடத் தந்துவிடலாமே' என்று யோசித்தேன்.

எனக்கு முதலில் ஞாபகம் வந்தவர் கோபி கிருஷ்ணண். அவர் மனச் சிதைவின் சில கோணங்களை - எம்.வி.வி., மற்றும் நகுலன் போல எழுதியவர். எம்.வி.வி.க்கும் அவருக்கும் பழக்கமுண்டு. எம்.வி.வி. எழுதிய எல்லாவற்றையும் பெரும்பாலும் தேடித்தேடிப் படித்தவர். காதுகள் நாவலைக் கொண்டாடிப் பேசியவர். முக்கியமாக அவரும் சௌராஷ்டிர சமூகத்தைச் சார்ந்தவர். அதனால் எம்.வி.வி. இறந்த அதே ஆண்டு கோபியிடம் பேசினேன். அப்போது அவரும் உடல்நலம் குன்றி ஏகப்பட்ட மாத்திரைகளைச் சாப்பிட்டுக்கொண்டு இருந்தார். “அதுலல்லாம் நாம கை வைக்கலாமா ரவி சார்? அப்புறம், எதுக்கு இந்த அவசரம்... பதிப்பகங்கள் கேக்கறாங்கங்கிறத்துக்காகவா?” என்றார். கோபியின் உடல் மற்றும் மனநிலைச் சூழல் தெரியுமென்பதால் அவரிடம் இதை மேற்கொண்டு பேசாமல் விட்டுவிட்டேன்.

பிறகு, எழுத்தாளர்கள் சுபாவிடம் இதை முடித்துத் தருமாறு கேட்டேன். வெகு ஜன எழுத்து என்பதும் தமிழில் ஒரு ஜானர். அதில் அவர்கள் மன்னர்கள். ஜனரஞ்சக எழுத்துக்களை, மர்ம நாவல்களை ஏராளமாக எழுதியுள்ள அவர்களும் - பட்டுக்கோட்டை பிரபாகரும் நல்ல செறிவான சிறுகதைகளையும், நாவல்களையும் எழுதியுள்ளனர். அவர்களின் பெரும்பான்மையான வெகுஜன எழுத்துக்களால் அவை கணக்கில் கொள்ளப்படாமலேயே போய்விட்டன. அவர்களின் சில தேர்ந்த எழுத்துக்களை நான் வாசித்திருந்ததாலும், அவர்களை பர்சனலாகத் தெரியும் என்பதாலும் சுபாவிடம் கேட்டேன். அவர்களிடம் தரும்போது நம் ‘சீரியஸ் ரைட்டர்’ஸிடரிமிருந்து அதற்கு என்ன வகையான விமர்சனங்கள் வரும் என்பதையும் அறிந்தேதான் கேட்டேன். இவை தவிர வேறு சில காரணங்களும் இருந்தன.

சுரேஷ் பாலா என்ற இரட்டையர்களில் பாலா சௌராஷ்டிரர். இந்த நாவலின் தலைப்பு துவங்கி, உள்ளடக்கம் முழுவதும் சௌராஷ்டிர வாழ்க்கை; தவிர முதன்முதலில் அவர்களது பேச்சு மொழியில் எழுதப்பட்ட நாவலும்கூட. பாலா - எம்.வி.வி.க்கு தூரத்து உறவினர். நானும் எம்.வி.வி.யும் கும்பகோணத்தில் இருந்து சென்னை வந்து, இரண்டு முறை பாலா வீட்டிலேயே தங்கியிருந்திருக்கிறோம். எம்.வி.வி.யும் பாலாவின் அப்பா நரசிம்மன் அவர்களும் அப்போது மணிக்கணக்கில்

கும்பகோணத்துக் கதைகளைப் பேசிக்கொண்டிருப்பார்கள். இந்த ஆண்டு 2024 ஜனவரி காலச்சுவடு இதழில்கூட, 'பிறவிக் கலைஞன்' என்ற தலைப்பில், 'சௌராஷ்டிரம்: எம்.வி. வெங்கட்ராம்' என்ற உட்தலைப்பில் பாலா - சுபா பாலகிருஷ்ணன் என்ற பெயரில் எம்.வி.வி. பற்றி ஒரு கட்டுரை எழுதியுள்ளார். ஆனாலும் ஏனோ, சுபா இரட்டையர்கள் அப்போது எழுதுகிறேன் எழுதுகிறேன் என்று சில வருஷங்கள் அப்படியே வைத்துவிட்டனர். தவிர, எம்.வி.வி. நூற்றாண்டு வேறு அந்தச் சமயம் நெருங்கிக்கொண்டிருந்து. சரி, இனி எழுத வேண்டாம் என அவர்களிடம் விண்ணப்பித்துக்கொண்டேன். எல்லாவற்றிற்கும் ஒரு முகூர்த்தம் வர வேண்டும் போல.

"நீ எழுதவே கூடாது. போய் உருப்படற வேலையைப் பாரு" என்று எம்.வி.வி.யால் தடுக்கப்பட்ட அவரது இரண்டாவது பிள்ளை அண்ணன் குருமூர்த்தி. எந்தப் பிள்ளை அப்பன் பேச்சைக் கேட்டிருக்கிறது? அதனால், அதையும் மீறி, வெளிவராத ஒன்றிரண்டு நல்ல கதைகளையும் ஒரு நாவலையும் அவர் எழுதியுள்ளார். சரி, அவரை எழுத வைத்துவிடலாம் என்று அவரிடம் தந்தேன். அவர் கிடுகிடுவென கிட்டத்தட்ட 500 பக்கங்களில் இதை முன்னும்பின்னுமாய் எழுதிச் சேர்த்து முடித்துவிட்டார். பரவாயில்லை; நன்றாகத்தான் இருந்தது. ஆனால், பிரச்சனை என்னவென்றால், அதில் எம்.வி.வி.யைக் காணவில்லை.

'சரி... பெறாமல் பெற்ற பிள்ளை' என்று அவரால் சொல்லப்பட்ட நாமே, இனி நாலாவது அத்தியாயத்துக்குப் பிறகு எழுதி முடித்துவிடுவோம் என்று தீரமாய்க் களத்தில் குதித்தேன். இரண்டு அத்தியாயங்களை மட்டும் எழுதிவிட்டு மொத்தமாய்ச் சேர்த்துப் படித்துப் பார்த்தேன். 'வேள்வித் தீ', 'மாய்பாப்', 'பெட்கி' போன்ற படைப்புகளில் அவர் கையாண்ட சௌராஷ்டிர பாஷை மட்டும் எனக்குப் பிரச்சனையாக இல்லை; அதை எப்படியாவது கேட்டுத் தெரிந்துகொண்டுவிடலாம். சில இடங்களில் நுட்பமாக, subtle ஆக அவர் உருவாக்கியிருக்கும் சப் டெக்ஸ்ட்களே எனக்குப் பிரச்னை. அதை எப்படி என்னால் உருவாக்க முடியும்?

"...மாமனார்க்காரரோ அருமையான 'ஜோக்'கைக் கேட்டவர் போல் தம் மஞ்சள் பற்கள் அத்தனையும் தெரியச் சிரித்தார். 'நல்ல வேளை, நான் அவருக்கு அருகில் இல்லை. அவ்வளவு பெரிய சிரிப்புக்கு ஏற்ற பெரிய நாற்றம் என்னுடைய நாசியில் புகுந்து என்னைத் தூக்கி எறிந்திருக்கும். தஞ்சாவூர் ஜில்லா, கும்பகோணத்துக்காரர் தாம்பூலமும் புகையிலையும் போடக்கூடாதா? தான் நாறுவது தனக்குத் தெரிந்தால்தானே?"

மேற்கண்ட பாராவில் அவர் உருவாக்கி இருக்கும் சப்டெக்ஸ்ட்கள் என்னவென்று நாவலை வாசித்தால் புரியும். "தான் நாறுவது தனக்கு தெரிந்தால் தானே" என்ற இந்த ஒரு வரி போதாதா? இப்படிப் பல இடங்கள்.

அந்தக் காலத்தில் அவர் பார்த்த கும்பகோணம் எப்படி இருந்தது என்று சொல்கிறார். உதாரணத்துக்கு...

"...தெருவின் இரு பக்கங்களிலும் கிடந்த எச்சல் இலைகளை, குப்பைக் கூளங்களை கிளறியவாறும், மனிதக் கழிவுகளை மிதித்தவாறும், அதனால் காலைத் தூக்கித் தரையில் தேய்த்து நொண்டியவாறும் வந்தார்கள். அவர்கள் அப்படி வருவதை மெய்மறந்து பார்த்து சிரித்துக்கொண்டு எதிர்வீட்டுக் குழந்தை, தெருவின் சாக்கடையில் எருவை வீணாக்கிக் கொண்டிருந்தான்..."

இது போன்ற அந்தக் காலத்து விஷயங்களை எல்லாம் நான் எப்படிக் கொண்டு வர முடியும்? சரி... அதுவும் போகட்டும். திடீரென இப்படிப் பேசுகிறார் நாவலில்:

'மனிதன் சுதந்திரமாய்ப் பிறக்கிறான், ஆனால், எங்கு நோக்கினாலும் தளைப்பட்டவனாய்க் காணப்படுகிறான் என்று கூறிய ரூஸோ - அறிஞன் என்று உலகப் புகழ் பெற்றுவிட்டான். அவனுடைய சொற்களை வைத்து பல புரட்சிகள் தோன்றிவிட்டன. ஆனால், மனிதன் சுதந்திரமாய்ப் பிறக்கிறான் என்பது மெய்தானா?'

'தாயின் கருவில் உருவாகும்போதே மனிதன் அப்பெற்றோருக்கும் அவர்களுடைய சூழலுக்கும் அடிமை ஆகிறான். தாய்ப்பால் தொடங்கி உணவுக்கும், உடுக்கும்

உடைக்கும், இருக்கும் இடத்துக்கும் அடிமை ஆகிறான். பழக்க வழக்கங்களுக்கும், ஜாதி மத பேதங்களுக்கும், சமூகத்துக்கும் அரசுக்கும் சட்டத்துக்கும் அடிமைப் படுகிறவன் இறுதியில் இயற்கை விதிகளுக்கு அடிமையாகி மரணத்தில் மறைந்துபோகிறான். இந்த அடிமைத்தனத்திலிருந்து மீட்சி பெறுவதையே முக்தி, மோட்சம் என்று சமயவாதிகள் சொல்லுகிறார்கள் போலும். ஆனால், இந்த விடுதலை வேண்டுமானாலும் தவம், விரதம், பூஜை என்ற வேறுவிதக் கட்டுப்பாடுகளுக்கு அடிமைப்பட வேண்டும். அடிமையாகப் பிறக்கும் மனிதன் அடிமையாகவே வாழ்ந்து முடிகிறான் என்பதே மெய். ரூஸோ சொன்னது மெய்யென மயங்க வைக்கும் பொய்.'

"காலத்தை அனுசரித்தில்லே நடக்க வேண்டியிருக்கு? இது பாட்டாளிகள் யுகமப்பா! பெர்னார்ட்ஷா என்ற பெரிய சோஷலிஸ்ட் என்ன சொல்றான் தெரியுமா? Treat a servant as a servant (வேலைக்காரனை வேலைக்காரனாக நடத்து)."

- இப்படி பாத்திரங்களுக்குள்ளும் புகுந்துகொண்டு அவர் பேசும் பேச்செல்லாம் நான் பேச முடியுமா? குருமூர்த்தி அண்ணனுக்கு நேர்ந்த தோல்விதான் இந்தத் தம்பிக்கும். ஆனால் வெற்றிகரமான தோல்வி. என்ன... தகப்பனிடம் தானே தோற்றோம் என்று ஒரு வகையில் சந்தோஷம்தான்.

இப்படியான பல முயற்சிகளுக்கு பின் அவர் எழுதி பாதியில் நிறுத்தியதை அப்படியே கொண்டுவரத் தீர்மானித்து, கொண்டு வந்து விட்டோம். நாவலைப் பாதியில் நிறுத்துவது எம்.வி.வி.க்குப் புதியதும் அல்ல; ஏற்கெனவே அரும்பு நாவலுக்கு அவர் எழுதிய முன்னுரையில் இரு சிறு பகுதிகளைத் தந்து முடிக்கிறேன். நமஸ்காரம்.

"வாழ்க்கையைப் போன்று நாவலும் ஆசிரியரின் தொடங்கும் இடத்தில் தொடங்கி, முடிக்கும் இடத்தில் முடிகிறது. சத்தியமாகப் பார்த்தால் வாழ்க்கை அனாதிதானே... அனந்தம்தானே? ஆகையால் வாழ்க்கையைப் பிரதிபலிக்கும் நாவலுக்கும் ஆரம்பமோ, முடிவோ இல்லை. நான் சொல்வதைச் சொல்லி முடித்துவிட்டதால்தான் இந்த

இடத்தில் கதையை முடிக்கிறேன். கதையை முடிப்பதால் பாத்திரங்கள் வாழ்க்கை முடிந்துவிடுமா என்ன?"

"...அவர்களுடைய பிற்கால வாழ்க்கை எப்படி அமையும், அவர்கள் எப்படி அமைத்துக் கொள்வார்கள் என்ற ஆர்வம் கொள்ளும் ரசிகர்களுக்காக இரண்டாம் பாகம் முதல் அத்தியாயத்தை ஆரம்பித்துக் கொடுத்திருக்கிறேன். பாத்திரங்களின் எதிர்காலத்தை ரசிகர்கள் எளிதில் கணித்துக்கொள்ள இயலும். ரசிகர்கள் வல்லவர்கள் அல்லவா?"

⊙

மீ காய் கெரூ

(நான் என்ன செய்யட்டும்)

எம்.வி. வெங்கட்ராம்

1.

ரகுராமன் வாசலுக்கு வந்தான். வாசலில் வெயில் கூர்மையாக இருப்பதைக் கண்டு கைக்கடிகாரத்தில் மணி பார்த்தான். மூன்றேகால்தான் ஆகியிருந்தது. மணி மணியாகக் கழித்தால் ஆண்டுகளும் போய்விடுகின்றன. எத்தனை மணி ஆனால் என்ன என்று எண்ணியபடி கிழக்கு நோக்கி நின்றான். அவனுக்கும் கிழக்கில்தான் விடிய வேண்டும். கிழக்கோ அர்த்தம் இல்லாத வெறும் தெருவாய்க் கிடந்தது.

"மொன்னு ஸெர்க்கோஸ் ந்ஹி. அஜாக்கிரத லெங்கால் கயிண்டோ புஸ்கோ ஹொய்யோ" (மனசே சரியாக இல்லை. அஜாக்கிரதையால் ஜரிகை நூல் சிக்காகிவிட்டது) என்று மனசைப் பெருமூச்சால் ஆற்ற முயன்றான். மனது என்றைக்குத்தான் சரியாக இருந்தது?

அப்படி ஒரேயடியாக மனசு என்றைக்குமே சரியாக இருக்கவில்லை என்று சொல்லிவிட முடியுமா? ஐந்து ஆண்டுகளுக்கு முன்பு மணப்பந்தல் முழுவதும் நிரம்பி, அவனுடைய அகத்தையும் ஆக்கிரமித்துக் கொண்ட மீரா என்கிற உடலழகின் கழுத்தில் தாலிக்கயிற்றைக் கட்டியது முதல்தான், மனசு பல விதங்களில் பல கோணங்களில் கோணுகிறது, கோணி அழகு காட்டுகிறது.

இன்று புதன், நாளைக்கு வியாழன், நாளை மறுநாள் வெள்ளி, வெள்ளிக்கிழமை எந்தப் பெண்ணையும் பெற்றோர் புகுந்தவீட்டுக்கு அனுப்பமாட்டார்கள். ஆகையால், மீரா பிறந்த வீட்டிலிருந்து இங்கே திரும்புவதானால் இன்று அல்லது நாளைக்கு வந்துவிட வேண்டும். சப்கோர்ட்டில் சப் ஜட்ஜ்

வைத்த கெடு; மனைவி கணவனின் வீட்டுக்குப் போகவேண்டும் என்று கோர்ட்டார் இட்டுள்ள கட்டளை அது.

ஒரு வாரத்தில் மீராவின் தகப்பனார் அவளை புகுந்த வீட்டில் சேர்த்துவிட வேண்டும் என்று ஜட்ஜ் கேட்டுக்கொள்வது போல் உத்தரவு போட்டார். மீராவின் தந்தை இடுப்பில் ஜரிகை அங்கவஸ்திரத்தைக் கட்டிக்கொண்டு, வலது கையால் வாயைப் பொத்தியபடி அந்த ஆணையை அப்படியே ஒப்புக் கொண்டார், அல்லது ஒப்புக்கொள்வதுபோல நடித்தார்.

ஒருவாரத்தில் நாலு நாட்கள் போய்விட்டன; எஞ்சிய மூன்றில் ஒருநாள் — வெள்ளி — பயன்படாத நாள். இன்றோ, நாளையோ மீரா வந்துவிட வேண்டும். இது ரொம்ப சின்னக் கணக்கு. ஆனால், அவன் அதையே திரும்பத் திரும்பப் போட்டுக்கொண்டிருந்தான். இரண்டு விடைகள் வந்தன.

அவளைப் பெற்ற மகானுபாவர் கோர்ட் ஆர்டருக்குக் கட்டுப்பட்டு 'போகலாம்' என்று அனுமதி தந்தால் அவள் வரலாம். 'அந்த ஜட்ஜ் ஒரு மடையன். அவன் சொல்வதை நான் ஏன் கேட்க வேண்டும்? அந்தப் புதிய பணக்காரனை சுப்ரீம் கோர்ட் வரை இழுத்தடித்து அவமானப்படுத்துகிறேன் பார்!' - என்று அந்தக் கோமாளி மறுபடியும் முருங்கை மரம் ஏறிவிட்டால்...

அப்படி நடந்துவிடுமா? மீரா வரமாட்டாளா? அப்பன்காரன் அவளை வாழவிடமாட்டானா? அவன் அனுப்பாவிட்டால் என்ன, அவளாக வர முடியாதா? பெற்றவனைவிடக் கட்டியவனே ஒருத்திக்கு வேண்டியவன் என்ற சின்ன சங்கதிகூட அவளுக்குத் தெரியாதா? நான் அவளுக்கு என்ன கொடுமை செய்தேன், வேண்டாம் என்று சொல்லும்படியாக? என்னிடம் என்ன அதிருப்தி அவளுக்கு? ஒரு பெரிய கேள்வி படார் என்று நொறுங்கி பொடியாகி பல சில்லறைக் கேள்விகளாய்ச் சிதைந்து அவனுடைய ரோமக்கால்களில் எல்லாம் குத்தியது. மறுபடியும் அந்த வினாக்கள் ஒன்று கூடி ஒரு பெரிய கேள்விப் பிண்டமாய்த் தலையில் குட்டின. மீரா வரவே மாட்டாளா?

"அவ வித்தாரக் கள்ளி. கிறுக்கன் பொண்ணு கிறுக்கியாத்தானே இருப்பா? இந்தப் பீடையைத் தொலைச்சுத் தலைமுழுகிவிட்டு,

ரகுவுக்கு இரண்டாம் கல்யாணம் முடிக்க வேண்டியதுதான்...”
- கூப்பிட்ட குரலுக்கு ஓடி வந்து சேவகம் செய்ய மருமகள் இல்லையே என்ற எரிச்சலோடு பேசும் அம்மா.

“அப்பன் கிராக்குதான். ஆனா, மீராவைப் பத்தி நீ சொல்றது சரியில்லே. சின்னப் பொண்ணு, பெற்றவர் சொல்றதை மீறி அவ என்ன செய்ய முடியும்?”

கழுத்தோடு நஞ்சை நிறுத்திக் கொண்ட நீலகண்டனைப் போல், சம்பந்தி செய்த எல்லா அவமானங்களையும் நெஞ்சில் போட்டுக் கொண்டு அமைதியாகப் பேசும் அப்பா.

அம்மா: “அவளா சின்னப் பொண்ணு? இந்நேரம் முழுசா ரெண்டு குழந்தை பெத்துக் கொடுத்திருப்பா. புருசன் பெரிசுன்னு நினைக்கிற பெண்ணாயிருந்தா அப்படித்தானே செய்யணும்? கோயில் மாடாட்டமா வளர்ந்திருக்காளே. இந்த அறிவு கூடவா இருக்காது?”

அப்பா: (அவருக்கு மீராவிடம் அன்பு இருந்ததோ இல்லையோ, அவள் திரும்பக்கூடும் என்கிற நிலையில் அவளைப் பழித்துப் பேசினால், ரகுவின் மனம் புண்படுமே என்ற கவலை இருந்தது.) “சம்பந்தியைப் பத்தி நீ என்ன வேணுமானாலும் சொல்லு. மருமகளைப் பத்தி இப்படி எல்லாம் பேசாதே. நாளைக்கு அவ திரும்பி விட்டா நீயே அவளை...”

அம்மா: “அவ திரும்பப் போறதுமில்லே. நா அவளை மடியிலே போட்டுக் கொஞ்சப் போறதுமில்லே...”

அப்பா: “சே... உன் வாயிலே நல்ல சொல்லே வராது. உனக்கு விஷ நாக்கு. நீ இப்படிப் பேசிப் பேசித்தான் அந்தப் பெண்ணுக்கு இந்த வீடே பிடிக்காமப் போச்சு.”

அம்மா: “சொல்லுங்கோ. நீங்க சொல்லாவிட்டா வேறே யார் சொல்லப் போறா? நீங்க இப்படிப் பேசிப் பேசித்தான் ஊர்பூராவும் எனக்குப் பெரிய பெயராகி இருக்கு, மருமகளை வாழவிடாமே துரத்திவிட்டேன்னு. அந்த கிராக்கு சம்பந்தியும் அதைத்தானே சொல்றான். நீங்களும் சொல்லுங்கோ, தம்பட்டம் கட்டிக்கிட்டு ஊரெல்லாம் போய்ச் சொல்லுங்கோ.”

பிறகு என்ன? அப்பா அவளுடைய சத்தத்துக்குப் பயந்தவர். அது அவளுக்கும் தெரியும். ஆகையாலேயே பெரிய சத்தமாகப் போடுவாள். அப்பா பின்வாங்கிவிடுவார். விலங்குகளுக்குப் பல்லும் நகமும் ஆயுதம் என்பார்கள். தோலும் நிறமும்கூட தற்காப்புக் கவசம் என்பார்கள். அம்மாவுக்குக் குரலே ஆயுதம், அதுவே கவசம். இது கொஞ்சம் வர்ண பேதத்துடனும் சப்த பேதத்துடனும் இரண்டு மூன்று நாளைக்கு ஒரு தடவை நடக்கும் காட்சி.

கணவன் வேண்டும் என்றால் ஓர் இளம் மனைவி தானாகவே அவனைத் தேடி வர வேண்டாமா என்பது அம்மாவின் நியாயமான கேள்வி.

ஓர் இளம் பெண், பெற்றவனை மீறி எப்படிச் செயல்பட முடியும் என்பது அப்பாவின் கேள்வி.

ஒன்றுக்கொன்று முரண்பட்ட இந்த நியாயமான கேள்விகளுக்கு விடைதான் கிடைக்கவில்லை. விளைவுகள் மட்டும் ரகுவின் மனத்தில் நாளுக்கு ஒரு புண்ணாகச் சேர்ந்து கொண்டிருந்தன.

'மீரா, நீ ஏன் வரவில்லை? நான் உனக்கு அவ்வளவு மறதி ஆகிவிட்டேனா? நீ வராததன் அர்த்தம், நீ என்னை ஒரு பொருட்டாய் நினைக்கவில்லை என்பதுதானே? அப்படி நீ நினைக்கவில்லை என்று எனக்குத் தெரியும். சரி, நீ என்னை அப்படி ஒரு பொருட்டாய் நினைக்கிறாய் என்றால், அதை நீ காட்டிக் கொள்ளவில்லையே... ஏன்? இப்போதும் நீயாக வரவில்லை. நீயாகவே விரும்பி, எனக்காக ஏங்கி, நான் வேண்டும் என்று துடித்தும் நீ வரவில்லை. கோர்ட்டில் நீதிபதியின் கட்டளை. என்னோடு நீ வாழ வேண்டும் என்று கோர்ட் உத்தரவு. அந்த உத்தரவுக்கு உன் தகப்பனார் பயந்துவிட்டார். அதனால், உன்னை என்னிடம் அனுப்புகிறார். அவர் அனுப்புவதால்தான் நீ வருகிறாய். மீரா, உனக்கு என் நினைவே இல்லையா? உனக்கு நான் ஒரு தேவைப்படு பொருளாகக்கூடத் தோன்றவில்லையா?'

மீரா என்ற சொல் பெண் வடிவாய், ஆனால் உருவத்தை வெளியில் காட்டிக் கொள்ளாமல், உடலை 'ங'ப்போல் வளைத்துச் சுருட்டிக்கொண்டு அவன் மனத்தில் கிடந்தது. அவன்

குரலுக்கு அது தலைதூக்கியும் பார்க்கவில்லை. அவளுடைய மனம் மட்டும் அல்ல, உடல்கூட அவனை வேண்டவில்லையா என்ற கொதி நினைவு வியாபித்திருந்தது. அவனுடைய உள்ளத்தின் மூலையில் ரத்தம் கசிந்து கொண்டிருந்த ஒரு புண்ணைக் கிளறிவிட்டதால் அவன் துடிக்கலானான். இந்த மானம், கௌரவம், அந்தஸ்து என்ற சங்கிலிகளால் அவனுடைய கைகால்கள் கட்டப்படாமல் இருந்திருந்தால், எழுத்தறிவோ, நாகரிகமோ தெரியாத வெறும் காட்டானாக இருந்திருந்தால் அப்போதே, அப்போதே என்ன அப்போதே, எப்போதோ அவன் மூன்றாவது தெருவில் இருக்கும் மாமனார் வீட்டிற்குள் புகுந்து, அவளுடைய அறைக்கு விரைந்து, அவளுடைய தலைமயிரைப் பிடித்து கன்னங்களிலும் முதுகிலும், ஏன்... உடலின் நாசூக்கான இடங்களிலும் அடித்து உதைத்துத் தெருவுக்கு இழுத்து வந்து, 'கழுதை ஓடுடி வீட்டுக்கு! திரும்பிப் பார்த்தால் கொன்றுவிடுவேன்!' என்று அவளுடைய பிருஷ்ட பாகத்தில் ஓங்கி உதைவிட்டு...'

உணர்ச்சி காட்டிய இக்காட்சியை மனம் ஒன்றிப் பார்த்தபடி, ஜரிகைப் பாவைப் பிரிக்க முயன்றபோதுதான் கை தவறி ஜரிகைப் பாவு சிக்கலாகிவிட்டது.

தெருவில் ஜரிகைப் பாவை நீட்டி ராமசாமி முதலி சுருக்கங்களையும் அறுதல்களையும் சுத்தம் செய்துகொண்டு இருந்தான்.

"என்ன முதலி, எப்படி இருக்கு? சரி பண்ண முடியுமா? இல்லாவிட்டா பாவு பூராவும் இழைச்சிடலாமா?"

"வேண்டாங்க, சரியாயிடும். நீங்க ரொம்ப ஜாக்கிரதையாக இருக்கிறவங்க. அது எப்படிங்க இவ்வளவு சிக்காயி அறுந்தது?"

'நான் மிகவும் ஜாக்கிரதையானவன்தான். ஆனால், இரு கண்களையும் அகலமாய்த் திறந்து வைத்திருக்கும்போதே, படக்கூடாதவையும் தட்டுப்படுகின்றனவே, ஏன் அப்படி?'

"ஏதோ யோசனை. அலமாரி கொக்கியிலே மாட்டி இருந்ததைக் கவனிக்காமலேயே, இழுத்துவிட்டேன். அதை நானே சரி செய்யப் போய் இப்படி ஆகிவிட்டது."

‘எதுவுமே இப்படித்தான் நடக்கிறது. மாட்டிக் கொண்டிருப்பது தெரியாமல் இழுத்துவிடுகிறோம். கஷ்டப்படுகிறோம். அது மட்டும் மெய் அல்ல. சில வேளை, மாட்டிக் கொண்டிருப்பது தெரிந்து - யாரும் அறியாமல் மெதுவாக அதிலிருந்து வெளிப்படவும் முயலுகிறோம். அப்போதும் மாட்டிக்கொண்டு கஷ்டப்படுகிறோம். ஏன் அப்படி?’

“அப்பாவுக்குத் தெரிஞ்சா கோவிச்சுக்குவார்.”

“தூங்கிட்டிருக்கார். அவர் எழுந்து வர்றத்துக்குள்ளே காரியத்தை முடிச்சிடு. உன் கச்சாத்திலே பத்து எழுதிக்கொடுத்துடறேன்.”

முதலி ஜரிகைப் பாவில் கண்களை ஓட்டியவாறு அப்பால் நகர்ந்தான்.

ரகுவின் கண்கள் தெருவுக்குத் திரும்பின. மாலை நேரம். வெயில் சுரணை குறையாமல் இருந்ததால் ஆட்கள் நடமாட்டம் அதிகமில்லை. தறிக்காரர்கள் அந்தி மயங்கும்போதுதான் மேடைவிட்டு இறங்குவார்கள். மாலை ஆறு மணிக்கு மேல்தான் கடை சுறுசுறுப்பாகும். தெருவோரம் கிடந்த எச்சல் இலைப் பருக்கைகளைக் கொத்த வந்த காகம் ஒன்று ஆளரவம் கேட்டு, இலையை நடுத்தெருவில் போட்டுவிட்டுப் பறந்து கூரைமேல் அமர்ந்து துணை வேண்டிக் கரைந்தது. சில பள்ளிச் சிறுவர்களும் சிறுமிகளும் திரும்பிக் கொண்டிருந்தார்கள். பள்ளிக்குப் போகும்போதே கோலிகளும் புளியங்கொட்டைகளும் பையில் எடுத்துக்கொண்டு போயிருப்பார்கள் போலிருக்கிறது. புத்தக மூட்டையைச் சுமந்தபடி, கோலி ஆடிக்கொண்டே வந்தார்கள். ஆட்டத்தின் உற்சாகத்தில் அவர்கள் தெருவின் இரு பக்கங்களிலும் கிடந்த எச்சல் இலைகளை குப்பைக் கூளங்களைக் கிளறியவாறும், மனிதக் கழிவுகளை மிதித்தவாறும், அதனால் காலைத் தூக்கித் தரையில் தேய்த்து நொண்டியவாறும் வந்தார்கள். அவர்கள் அப்படி வருவதை மெய்மறந்து பார்த்துச் சிரித்துக்கொண்டு எதிர்வீட்டுக் குழந்தை, தெருவின் சாக்கடையில் எருவை வீணாக்கிக் கொண்டிருந்தான். இரண்டு ஆடுகள் தெருவில் எறியப்பட்ட காய்கறித் தொலிகளிலும் காம்புகளிலும் கீரைக் கழிவுகளிலும் தமக்கு ஏதாவது தீனி கிடைக்குமா என்று தேடிக் கொண்டிருந்தன. அவற்றைத் தின்னவிடாமல், தெருக்களின் எச்சிலைகளையே நம்பிப் பிழைத்த ஒரு பெண் நாய், அவற்றை

வழி மறித்தது. அது குட்டிபோட்ட நாய். அது, ஆடுகளை துரத்திக் கொண்டு ஓடும்போது பால் நிறைந்து தொங்கிய அதன் முலைகள் இடதும் வலதுமாய் காம்புகள் நிறைந்த தோல் பை ஊசலாடுவதுபோல் ஆடுவது வேடிக்கையாக இருந்தது. ஆடுகள் முதலில் ஓடின. தீனியைக் கைவிட நேர்ந்ததாலோ என்னவோ, நாயை எதிர்த்துத் தங்கள் கட்டையான கொம்புகளால் தாக்க முயன்றன, அல்லது தாக்க முயலுவதுபோல நடித்தன. நாயும் கடிக்க முயலுவதுபோல் நடித்தது. அவற்றுக்கு அது ஒரு விளையாட்டு போலும். ஆடுகளும் நாயும் இப்படி ஆடுவதைப் பார்த்துக் கொண்டிருந்த எதிர் வீட்டுக் குழந்தை - திடீரென்று அந்த நாய் அவன் பக்கமாகத் திரும்பி ஓடிவரவே, அதற்கு பயந்து போய் எழுந்திருக்க முயன்ற அவசரத்தில் தடுமாறி சாக்கடையில் ஒரு காலை விட்டுவிட்டான். உடனே அழுதபடி அவன் அக்காலை வெளியில் எடுத்தபோது, அவனுடய கழிவே அவன் காலை கெட்டியாகப் பிடித்துக் கொண்டிருந்தது. அந்த அசிங்கத்தைச் சகிக்கமாட்டாமல் "ஓவ்... அம்...மா... ஓவ்!" என்று இடது கால் கட்டை விரலை ஊன்றியவாறே வீட்டுக்குள் ஓடினான்.

வீடுகளும் தெருக்களும் சுத்தமாக இருக்கவேண்டும் என்பது சுகாதாரம். உடம்புக்கும் நல்லது. ஊருக்கும் நல்லது. சந்தேகமில்லை. எல்லாருக்கும் இது தெரியும். ஆனால் கடைப்பிடிப்பதில்தானே கஷ்டங்கள். ஐந்து, ஆறு, ஏழு, எட்டு குடிகள் உள்ள வீட்டில் இந்த விதியை எப்படிப் பின்பற்ற முடியும்? வீட்டின் முன்பகுதியில் இருப்பவர்களுக்குக் கொல்லையைவிடத் தெருவே வசதி. கொல்லையை நெருங்கும்வரை வயிற்றைக் கட்டுப்படுத்த முடியாது. எல்லாத் தடைகளையும் மீறி அவசரமாக ஓடினால், பெண்கள் இருந்தார்கள் என்றால் ஆண்களும், ஆண்கள் இருந்தார்கள் என்றால் பெண்களும் நடைபாதையிலேயே வயிற்றைப் பிசைந்தபடி குட்டி போட்ட பூனைபோல் தவித்தபடி காத்திருக்கவேண்டும். மூன்றாவது, நான்காவது குடித்தனக்காரர்களுக்குக் கொல்லையும் தூரம், தெருவும் தூரம். ஆகையால், வீட்டுச் சாக்கடையே கக்கூசாகும். ஆறாவது, ஏழாவது, எட்டாவது குடித்தனக்காரர்களுக்குத்தான் புழைக்கடை பயன்படும். தெருமட்டும் அல்ல, வீடும் இதனால் ஆபாசம் ஆகிறது, நாறுகிறது. அப்பா காலத்திலிருந்து மட்டும் அல்ல, தாத்தா, கொள்ளுத்தாத்தா காலத்துக்கும் முந்தின

காலத்திலிருந்து இந்தப் பழக்கம் அமலில் இருக்கிறது. இருட்டியபின் தெருக்கள்தான் திறந்தவெளிக் கழிவிடங்கள். சௌராஷ்டிரர்கள் வசிக்கும் தெருக்களில் மட்டும் அல்ல, ஏழைகள் வசிக்கும் எல்லா இடங்களிலும் நிலைமை இதுதான். வறுமையின் உடன்பிறப்பு ஆபாசமும்.

அசுத்தத்தில் உள்ள சுகத்தைக் காண்பதும் கலியாணத்தின் பௌதிக நோக்கங்ளில் ஒன்று என்று ஏன் சொல்லக்கூடாது? இப்படி ஒரு கோணலான நினைவு அவன் மனத்தில் எழுந்தது. இந்த நினைவோடு மீரா நினைவும்.

அப்பாவுக்கு எதையும் நறுவிசாகச் செய்யவேண்டும். ரகுவினுடைய 'சாந்தி முகூர்த்தத்தையும்' அவர் சிறப்பாகவே கொண்டாடினார். உற்றார், உறவினர் வீட்டுப் பெண்மணிகள் எல்லாரும் வீடு நிறையக் கூடியிருந்தார்கள். சாஸ்திரோக்தமாக அக்கினி வளர்த்து ரகுவையும் மீராவையும் அமர்த்தி புரோகிதர் சடங்குகள் செய்யும்போது, பெண்கள் ரகுவையும் மீராவையும் ரகளை செய்தபடி இருந்தார்கள். ரகுவாலேயே அவர்களுடைய சிலேடையான ஆபாசப் பேச்சைச் சமாளிக்க முடியவில்லை. மீராவோ அழுதுவிடுவாள் போலிருந்தது. சடங்குகள் முடிந்ததும் பெண்களுக்குத் தாம்பூலமும் தட்சிணையும் தருவது வழக்கம். மணமகன் தரப்பில் ஒரு ரூபாயும், மணமகள் தரப்பில் ஒரு ரூபாயும் தர வேண்டும் என்றார் அப்பா. இருபத்தைந்து பைசா வைத்தால் போதும் என்று சொன்னார் மாமனார். இந்த விவாதத்தில் சிறிது நேரம் போயிற்று. அப்பா விட்டுக்கொடுக்கவில்லை. சிறிது நேர விவாதத்திற்குப் பிறகு பாக்கு வெற்றிலை தேங்காயோடு இரண்டு ரூபாய் தட்சணையும் பெண்களுக்குக் கொடுக்கப்பட்டது. அப்பால், புரோகிதர் ரகுவின் காதில் 'உபதேசம்' செய்து அவனை அறைக்கு அழைத்துச் செல்லும்போது, 'ரகு, ஐயர் சொல்றதை கவனமாய் கேட்டுக்கோ. தப்பா ஒண்ணும் செஞ்சிடாதே!' என்று பெண்கள் கைகொட்டி நகைத்து ஒரே கலாட்டா செய்துவிட்டார்கள்.

இத்தனைக்கும் திருமணமான மூன்றாவது மாதமே சாந்தி முகூர்த்தம் நடந்தது. இந்த மூன்று மாதங்களும் அவனுக்கு மாமனார் வீட்டில் நாலு வேளையும் விருந்து. சௌராஷ்டிரப் பெரிய தெருவிலிருந்து, சௌராஷ்டிர நடுத்தெரு - மிகவும்

சமீபம்தான். இரண்டு தெருக்களுக்கு இடையில் ஒரே தெரு, பிரம்மன் கோயில் தெரு. பொதுவாய் இங்கு தெரு என்பது ஒரு மங்கல வழக்கு. எல்லாமே சந்துகள் போலத்தான் இருக்கும். ஐந்தாறு நிமிட நடைதான். மாமனார் வீட்டுக்கு தானாக வந்து செல்வதாய் ரகு சொன்னான்; அவன் தகப்பனாரும் அதையே சொன்னார். மாமனார் ஏற்கவில்லை. தம் வீட்டு மாப்பிள்ளை கால்நடையாக வருவது, தம் அந்தஸ்துக்கு இழுக்கு என்று கூறிவிட்டார். காலையில் ஆறு, ஆறரைமணிக்குள் அவர் வீட்டு வில் வண்டியில் ரகுவின் மைத்துனன் வருவான். வீட்டின் உள்ளே போவான். "பவாஂக் காபி பேஸ்தக் தட்ட்டுவோ" (அத்திம்பேரை காபி சாப்பிட அனுப்புங்கோ) என்று ரகுவின் தகப்பனாரிடம் சொல்வான். அவர், "பெல்லி ஜா" (அழைத்துக்கொண்டு போ) என்று அனுமதி தந்ததும், ரகு வண்டியில் மாமனார் வீட்டுக்குப் போவான். இதேபோல் மத்தியானம் பன்னிரண்டு பன்னிரண்டரை மணிக்குள் சாப்பாட்டுக்கும், பிற்பகல் நாலு நாலரைக்குள் மாலை டிபனுக்கும், இரவு எட்டு எட்டரைக்குள் இரவுச் சாப்பாட்டுக்கும் மைத்துனன் மாப்பிள்ளையை வண்டியில் அழைத்துப்போவான். நாலு வேளையும் கனமான விருந்து. இந்த மூன்று மாதமும் மாப்பிள்ளை உண்பதையும் உறங்குவதையும் தவிர, வேறு வேலைகளைக் கவனிக்க முடியவில்லை.

இந்த விருந்துக்கு ஒரு முற்றுப்புள்ளி வைக்கவேண்டும் என்பதற்காகவே அப்பா சாந்தி முகூர்த்தத்துக்கு நாள் குறித்தார். மாமனார் வீட்டில் சாப்பிடும்போது, மீரா அவனுக்குப் பரிமாற வருவாள். தனிமை கிடைக்கும். ஆனால், கட்டுக்காவல் உள்ள தனிமை. விசாலமான சமையல் அறையும், அதைச் சுற்றி நடமாடும் கால்களும் கண்களும் புதிய தம்பதிக்குப் போதிய பாதுகாப்பு தரவில்லை. ஆகையால் மிகவும் நெருங்கவோ, ஆடை நலுங்கவோ வாய்ப்பு கிட்டாது. அவளுக்கோ தனியாளானதும் உடம்பு நடுங்கத் தொடங்கும். குனிந்த தலை நிமிராமல் மூடத் தேவையில்லாத பகுதிகளையும் இறுக மூடிக்கொண்டு, ஒரு வார்த்தையையும் அரை வார்த்தையாய் மிழற்றியபடி பரிமாறுவாள். அவள் ஏமாந்தபோது அவளுடைய இதழ்களை அவனுடைய இதழ்கள் கொத்தும், அவ்வளவுதான்.

ஆகையால், சோபன அறைக்குள் தள்ளப்பட்டபோது, புதிரை விடுவிக்கப்போகும் பரபரப்பு அவனை ஆட்கொண்டிருந்தது.

புத்தக அறிவாகவும் கேள்வி அறிவாகவும் இருந்த பெண்மை, அனுபவ உணர்வு ஆகப்போகிறது என்ற வேட்கையில், அவன் தவித்துக்கொண்டிருந்தான். மீராவோ அச்சத்தோடு வந்தாள். அவளைச் சுற்றி, அவளை அணுக முடியாதபடி எத்தனை வேலிகள்!

பத்து மீட்டர் ஆடை, ஆறு மீட்டர் பூராகவே பட்டு ஜரிகைச் சேலை, அதற்கு இசைவான ஜாக்கெட், பிரா, உள் பாவாடை, ஜெட்டி, கைக்குட்டை, மூன்று கிலோ நகைகள், மூன்று வடச் சங்கிலி, டாலரோடு லாங் செயின், வைர நெக்லஸ், தாம்புக்கயிறு தாலிச்செயின், வைரத்தோடுகள், மாட்டல்கள், கைகளில் வைர வளையல்கள், தலைப்பின்னலில் திருகுவில்லைகள், செருகுவில்லைகள், தலையின் முன்பக்கம் சூரியப் பிறை, சந்திரப் பிறை, அது தவிர, கூந்தல் முழுதும் பூப்பின்னல்.

ஒரு பலகாரக் கடை: ஹல்வா, சோன்பர்பி, குலோப்ஜாமுன், மைசூர்பாகு, பூந்தி, பகோடா, மிக்சர், தேங்காய்த் தோசை, உருளைக் கிழங்கு 'ரேஸ்'.

ஒரு பழக்கடை: ஆப்பிள், சாத்துக்குடி, ஆரஞ்சு, மலைப் பழம், பேயன் பழம், பூவன் பழம், மொந்தம் பழம், கறுப்புத் திராட்சை, கொடி முந்திரி.

பிறகு ஒரு பேக்கரி: ரொட்டி, பிஸ்கட், கேக் வகையறாக்கள், சாக்லட், பெப்பர் மின்ட் டின்கள்.

இது போதாதென்று, பாதாம் பருப்பும், பிஸ்தாப் பருப்பும், கற்கண்டும் குங்குமப்பூவும் பச்சைக் கற்பூரமும் இட்டு மணக்க மணக்க சுண்டக் காய்ச்சிய பசும்பால் இரண்டு பாயின்ட் ஃபிளாஸ்க்கில்.

அறை மிக வசீகரமாக அலங்கரிக்கப்பட்டிருந்தது. பெரிய அறை. தறிமேடை ஒன்று கட்டிக்கொண்டு, கணவனும் மனைவியும் இரண்டொரு குழந்தைகளும் உள்ள ஒரு குடும்பமே இருக்கலாம். ரகுவின் குடும்பம் முன்னொரு காலத்தில் அப்படி வாழ்ந்ததை அவன் மறக்கவில்லை. இப்போது ஒரு பெரிய வீட்டின், சிறிய பகுதி. உள்ளே வந்துவிட்டால் எதற்காகவும் கீழே இறங்க

வேண்டியதில்லை. செல்ஃப் கன்டெய்ன்டு பாத்ரூம், டாய்லெட், வாஷ் பேசின்கள் உட்பட எல்லா வசதிகளும் அங்கே உண்டு.

கட்டில் - கடையில் வாங்கியது அல்ல. ஸ்பெஷலாக ரோஸ் வுட்டில் வீட்டிலேயே அப்பாவின் மேற்பார்வையில் சுந்தர ஆசாரி செய்தது. நன்றாக நாலு பேர் விழுந்து புரளலாம். மெத்தைகளும் தலையணைகளும்கூட வீட்டுக்கு வந்து தையற்காரர் தயாரித்துக் கொடுத்தவை.

கட்டில் விமானம் போல அலங்கரிக்கப்பட்டிருந்தது. கட்டில் மீது ஏறுவது பூங்காட்டில் நுழைவது போல இருந்தது. ஏனெனில் பல வகை வாச மலர்கள் அதில் கொட்டப்பட்டிருந்தன. ஆனாலும், மல்லிகைதான் படாடோபமாக இருந்தது. மேஜை மீதிருந்த ஒரு குழலிலிருந்து சுருள் சுருளாகப் புகைவிட்டு மணம் பரப்பும் கிடிக்கப்பட்ட சந்தனப் பவுடர். இதற்கு மேல், அவனிடமிருந்தும் அவளிடமிருந்தும் புனுகு, ஜவ்வாது, சென்ட் வாசனை.

எல்லாவற்றையும் மீறி, அறை உடலை நினைவூட்டும் அறை. இவ்வளவையும் நுகருவதற்கு உடல் எவ்வளவு இன்றி அமையாதது என்பதை உணர்த்தும் அறை.

தனித்ததும் அவன், அவளை அணைத்துக் கொண்டான். அவளையா? ஜரிகைச் சேலையையும் அதன் மேலிருந்த நகைகளும்தான் முதலில் கைகளில் உறுத்தின. இந்த எல்லாத் தடைகளையும் தாண்டித்தான் அவன், அவளை எட்ட முடியும். இவற்றைக் கடப்பது பெரிய காரியம் அல்ல. ஆனால் இவை எல்லாவற்றிற்கும் மேலே ஒரு சுவரான தடை, அவளுடைய மனம்.

அவளுடைய நகைகளைத் தொட்டவாறே அவன் கிறங்கும்போது, அவள் சொன்னாள்.

"ரொம்ப அசிங்கமாப் பேசறாங்க, உங்க அக்கா ரொம்ப மோசம். வெட்கமில்லாம இப்படில்லாமா பேசுவாங்க?"

"உங்க அத்தை சாது போல இருந்துக்கிட்டு, என்னை எப்படில்லாம் பரிகாசம் செய்தாங்க? எனக்கு இதெல்லாம் பிடிக்கவேல்லே" என்றாள் மீரா, விளக்கெண்ணெய் சாப்பிட்டமாதிரி முகத்துடன்.

“எனக்குப் பசிக்குது” என்றான் ரகு.

“முதலிலே டிரஸ்ஸை சேஞ்ச் பண்ணிக்கிறேன். இரண்டு ஆளைத் தூக்கிக்கிட்டு இருக்காப்போல இருக்கு. உடம்பெல்லாம் வலியா வலிக்குது. மத்தியானம் சாப்பிட்ட பிறகுகூட, கொஞ்ச நேரம் தூங்கவிடல. சிங்காரிக்கவும் தலை பின்னவும் ஆரம்பிச்சுட்டாங்க. எதுக்கு இப்படி நகைகளைப் போட்டு ஹிம்சை செய்றாங்க? அந்தப் புரோகிதர் வேறே அத்தனை தடவை உட்காரு, எழுந்திரு, நமஸ்காரம் பண்ணுன்னு என் உயிரை வாங்கிட்டாரு...”

“கொஞ்ச நேரம் அலங்காரத்தைக் கலைக்க வேண்டாம். அப்படியே இரு. ஏதாவது சாப்பிடுவோமே...”

“அப்பறம் நீங்கதான் நகையெல்லாம் கழற்றி வைக்கணும். எனக்கு ஒரே களைப்பா இருக்கு.”

“ஓ... நீ பேசாம உட்கார்ந்திரு. நான் எல்லாவற்றையும் எடுக்கிறேன்.”

அவனுக்கு விலை மதிக்க முடியாத லைசன்ஸ் கிடைத்தமாதிரி மகிழ்ச்சி.

அவள் ஊட்டி அவன் சாப்பிட, அவன் ஊட்டி அவள் சாப்பிடும்போதே அவள் கண்கள் செருகி, கொட்டாவி விடலானாள். அரைகுறையாக உண்ணும்போதே ‘எனக்குத் தூக்கம் வருது’ என்று கூறிக்கொண்டு கையும் சரியாகக் கழுவாமல், படுக்கையில் விழுந்தவள்தான். உடம்பை ‘ட’ போல் பத்திரமாக வளைத்துக்கொண்டு, இரண்டு மூன்று நிமிடங்களில் உறங்கிவிட்டாள். மறுநாள் அதிகாலையில் அவளுடைய தாயார் அவளை அழைத்துச் சென்றாள். மூன்று நாட்களும் இப்படித்தான். பெண்ணைப் புதுப்புது விதமான அலங்காரத்தோடும், பழம் பட்சணங்கள் முதலியவற்றோடும் பெற்றவளோ அல்லது உறவுப்பெண்களோ மாலையில் மறுபடி அழைத்துக் கொண்டுவந்து விடுவது வழக்கம். இரவுக்குப் பகலில் அலங்காரம் செய்துகொள்வதும், அலங்காரம் செய்துகொண்ட களைப்பை ஆற்றிக்கொள்ள இரவில் தூங்குவதும், இதைத் தவிர, அவள் வேறெதையும் எதிர்பார்ப்பவளாகவோ, ஏங்குபவளாகவோ தெரியவில்லை.

இருவருமே புதியவர்கள். மெய்யைக் கண்டுபிடிக்கவே ஒரு மாதம் ஆகிவிட்டது. பிறகென்ன அவளுடைய உடல் என்னும் அற்புதத்தை, அந்த அற்புதத்தின் சின்மயமான பகுதிகளை, கோணவடிவ சிற்றம்பலத்தைச் சுவைத்துச் சுவைத்து, அந்தச் சுவையில் தன்னை இழந்து தன்னை மீண்டும் மீண்டும் மீட்டு இன்பத்தில் ஆழ்த்துவதாய் அவன் மருள் கொள்ளுகையில் அவள் புருவத்தைச் சற்று உயர்த்துவதும், கண்களைக் கொஞ்சம் மூடுவதும், உதடுகளை மெல்லக் கடிப்பதும், சிறிய பெருமூச்சு விடுவதும், இங்கு இருக்க வேண்டிய மனத்தை எங்கோ பறக்க விட்டு முகம் சுளித்து - அருவருப்பவள் போல் இரு கைகளையும் 'தொப்' என்று விரித்துப் போட்டபடி ஒத்துழைப்பை நிறுத்திக் கொள்வதுமாயிருப்பது அவனுடைய வேட்கையின் கழுத்தைத் திருகி எறிவதுபோல் இருக்கும்; ஆழம் என்று மேலே இருந்து குதித்தவனுக்கு மணல் திட்டில் காலை ஒடித்தாற் போல் இருக்கும். சமதளம் என்று கை வீசி நடந்தவனுக்குத் தடுக்கி விழுந்தாற் போல் இருக்கும். கனிந்து குலுங்கிய உணர்ச்சியை மொட்டை அடித்தாற் போல் இருக்கும். அவனோடு அவள் சேர்ந்து வாழ்ந்த ஆறுமாதமும் இதே கதை. அவளுக்கு உடலில் ஊனம் என்று கூற முடியாது. மனத்தில் இருப்பது என்ன வகையான ஊனம்?

இக்கேள்விக்கு விடையாக - முன் தலை மழித்து, நாற்று துளிர்த்த கன்றுக்குடுமிக்குப் பின்னால், எட்டொன்பது அங்குல நீளக் கருங்குழலை எண்ணெயிட்டு, கொண்டை ஊசி செருகி, வாரி முடிந்த தலை. நெற்றியில் சன்னமான திருமண். எப்போது பார்த்தாலும் ஒருவாரம் 'ஷேவ்' செய்யாதது போன்ற முகம். தாடி மீசையில் மட்டும் நரை பட்டை பட்டையாக இருக்கும். இரண்டு கைகளிலும் தடித்த பவுன் கெட்டிக்காப்புகள். வலது மணிக்கட்டில் காப்புக்கு மேலே வாட்ச். கழுத்தில் மைனர் செயின் என்று பொய் சொல்லும் எட்டு பவுன் சங்கிலி. இரண்டு காதுகளிலும் பெரிய ஒற்றைக் கல் வைரக் கடுக்கன்கள். அவற்றோடு போட்டியிடுவனபோல் அதிகாரம் ஜொலிக்கும் கண்கள். சாதாரணக் கண்கள் அல்ல; கொள்ளிக்கண்கள். அந்த திமிர்க் கண்களே அவனுடைய மாமனார், அல்ல. முன்னால் சரியப் போகிறவர்போல் கூனி நடப்பவரே மாமனார், அல்ல. கோணலான, நிறம் மங்கிய சோழிப்பற்கள் தெரியக் கஃக்... கஃக்... என்று சிரித்துப் பேசுகிறவரே மாமனார், அல்ல அல்ல.

குடுமித்தலைக்குள் மறைந்திருந்து அவரை கன்னாபின்னாவென நினைக்கவைக்கிற மூளைப் பிராந்தியம்தான் மாமனார். அந்தச் சிம்பன்சிக்கு இந்த ஏஞ்சல் எப்படிப் பிறந்தாள்?

மாமியார் அழகோ என்றால் அப்படியும் சொல்ல முடியாது. அவள் அழகி அல்ல. அவளுடைய நிறம் மீராவுக்கு வந்திருந்தது. ரத்தச் சிவப்பை வெளியில் காட்டாத தூய வெண் நிறம். அந்த நிறம் ஒன்றுதான் அவளுக்கு ஒரு பெரிய தகுதி; அந்த நிறம் புதுமெருகுடன் அப்படியே மீராவுக்கு வந்திருந்தது. கண்களும் மூக்கும் காதுகளும் தாயைவிட மகளிடம் உரிய உருப்பெற்று அமைந்திருந்தன. அப்புறம் அம்மாவுக்கும் பெண்ணுக்கும் இடையில் எங்கிருந்து வித்தியாசம் தொடங்குகிறது என்று சொல்ல முடியாது. மாமியார் சரீரியாகவும் அசரீரியாகவும் கணவனைப் பின்பற்ற வந்தவள் போல் தோற்றம் தந்தாள். அவளுக்கு நீதியும் தெரியாது, அநீதியும் தெரியாது.

மீராவின் குணம் தாய் வழி எனச் சொல்ல முடியுமா? அவளும், தாயைப் போலவே, தந்தையின் நிழல்தானோ? அப்படியும் முடிவுகட்ட ரகுவின் மனம் ஒப்பவில்லை. ஆறு மாதமே அவனோடு இருந்தாலும் அவனிடம் ஓர் ஈடுபாடு காட்டினாளே, அதை அவனால் மறக்க முடியவில்லை.

பெற்றவரை 'லூஸ்' என்று தள்ளிவிட முடியாது. அவரே குடும்பத் தலைவர். அழகான குழந்தைகளைப் பெற்றிருக்கிறார். முன்னோர் வைத்த செல்வத்தைப் பேணிக் காப்பதோடு விருத்தியும் செய்கிறார். கோறா (கச்சாப் பட்டு) வியாபாரம் செய்கிறார். நிலபுலன்களைக் கட்டி ஆள்கிறார். எல்லாவற்றிலும் லாபக்கணக்கு காட்டுகிறவரை கிறுக்கன் என்று அப்படி ஒதுக்கிவிட முடியுமா? ஒதுக்குவதாவது? அவரல்லவா ஒதுங்குகிறார், ஒதுக்குகிறார்?

குணத்தில் மீரா தந்தை வழிதானோ? பரம்பரைப் பணக்காரன் என்ற திமிர் அவளுடைய தந்தைக்கு அதிகம். ரகுவின் தகப்பனார் மாஜி தறிக்காரர் என்கிற இளப்பம். தாம் சொல்வதை எல்லாரும் கேள்வி இல்லாமல் கேட்க வேண்டும் என்ற வெறி அவருடைய கண்களில்...

மீராவிடம் அழகு குவிந்துள்ளது. ஒரு வேளை மீராவுக்கும் தன் கணவனை ஆட்டிப்படைக்க வேண்டும் என்ற திமிர் இருக்குமோ? அந்தத் திமிரால்தான் கணவனை நிராகரித்து, தந்தையோடு சுமார் நாலு ஆண்டுகள் இருக்கத் துணிந்தாளா?

இல்லை, அப்படி முடிவு கட்டவும் மனம் ஒப்பவில்லை. அவள் இன்னும் குழந்தைப் பருவத்தைக் கடக்கவில்லை. வயதுக்கு ஏற்ற வளர்ச்சியோ அறிவுணர்ச்சியோ இல்லை. தகுந்த பயிற்சிகள் இல்லை. சொல்லித் தருகிறவர்களும் யாரும் இல்லை. முறையான சூழ்நிலையில் அவளை வழிப்படுத்திவிட முடியும் என்று தோன்றினாலும் வழிப்படுத்த அவள் எங்கே ஒத்துழைக்கிறாள்? கிறுக்கனான அவளுடைய தந்தையின் பிடியிலிருந்து அவளை அவ்வளவு லேசில் மீட்க முடியுமா என்று தெரியவில்லை. கோர்ட்கூட அந்த கிராக்கிடம் தோற்றுவிடும் போல் தோன்றுகிறதே!

“ரேய், ரேய் ரகு! ஃபைல் அவரிஸ்கீமெனி ஸாரிஸ் தேகா?” (அடே, அடே ரகு! பெண்டாட்டி வருகிறாளா என்று பார்க்கிறாயா?) ரகுவின் மனத்தில் இருந்த ரகசியத்தை ஊரறிய ஒலிப்பெருக்கியில் அறிவிப்பது போன்ற பெருங்குரலைக் கேட்டு ரகுவின் நினைவு மயக்கம் தெளிந்தது.

ராமசாமி முதலி ஜரிகைப் பாவைச் சுத்தம் செய்து முடித்துவிட்டுச் சுருட்டிக் கொண்டிருந்தான். பள்ளியிலிருந்து திரும்பும் பெண்கள் புத்தகப் பொதியை ஒயிலாகத் தூக்கிக்கொண்டு உற்சாகமாய்ப் பேசியபடி வந்துகொண்டிருந்தனர். பக்கத்துவீட்டுக்காரர் சட்டையில்லாத மேனியில் போர்த்திருந்த துண்டு பூணூலை வெளியில் காட்ட, ஹோட்டலிலிருந்து கூஜாவில் காபி வாங்கிக் கொண்டு திரும்பிக் கொண்டிருந்தார். இந்தச் சாலை அவைக்குத் தலைமை வகிப்பவன் போல், ஆர்ப்பாட்டமாகப் பேசினான் கச்சன்னா.

‘கச்சன்னா’ என்ற சொல்லுக்கு கொண்டைக் கடலை என்று அர்த்தம். பெற்றோர் இட்ட பெயர் சாமிநாதன். குழந்தைப் பிராயம் முதல் ‘என்ன சாப்பிடுகிறாய்?’ என்று எப்போது யார் கேட்டாலும் ‘கச்சன்னா’ (சுண்டல்) என்று டக்கெனக் கூறிவந்ததால் அவனுடைய இயற்பெயர் வழக்கொழிந்து ‘கச்சன்னா’ என்ற பெயரே நிலைத்துவிட்டது. அவனை அசடு

என்பதா, பைத்தியம் என்பதா என்பது ஆராய்ச்சிக்குரிய விஷயம். சில ஆண்டுகளுக்கு ஒருமுறை குப்பைத் தொட்டியைக் கிளறி வேட்டியைக் கிழிப்பதைத் தவிர, மற்றபடி ஒருவித 'நார்மலாக' இருப்பான். முன் பக்கம் சிரைத்து, கறுப்பும் வெளுப்புமாக இருக்கும் தலைமயிரைக் கட்டையாக வெட்டிக் குல்லாயாக வைத்திருப்பது போன்ற தலை. இடுப்பின் மேல் பகுதி பின்பக்கமாக வில் போல் மிக வளைந்திருக்கும். வௌவால் போல் கைகளைப் பரப்பி, வெகு பின்னாலிருந்து வெகு முன்னால் கைகளை வீசி, ஆனந்தமாய் அடிபெயர்த்து வைத்து அவன் நடக்கும் நடையின் நேர்த்தி - என்னைப் போல் எவனால் ராஜநடை நடக்க முடியும் என்று அவனே சவால் விடுவான். அழுக்கு வேட்டி. துவைத்துத் துவைத்துப் புண்பட்ட வேட்டி. தொள தொளா தாத்தாச் சட்டை. வயது ஐம்பது இருக்கும். வீட்டில் சோறு போடுகிறார்கள்; வேறு யார் போட்டாலும் அதையும் மறுக்க மாட்டான். கூலி பேசிக்கொண்டுதான் எந்த வேலையும் செய்வான். வாங்குகிற காசைக் கெட்டியாக வேட்டியில் முடிந்து கொள்வான். அரையில் பெரிய வெற்றிலை சீவல் பொட்டலம் எப்போதும் ஜாகை.

கச்சன்னா சௌராஷ்டிரத் தெருக்களில் புகுந்து புறப்படாத இடமே இல்லை. எல்லா வீடுகளிலும் சுயேச்சையாகப் போவான்; எட்டிப் பார்ப்பான்; உற்றுக் கேட்பான். இந்த வட்டாரத்தில் எங்கே கலியாணம் முடிவானாலும், யார் செத்தாலும் யாருக்கு டீ.பி., கேன்சர் போன்ற பெரிய நோய்கள் பீடித்தாலும், யாராவது ஓடிப்போனாலும், மகாமகக் குளத்தில் விழுந்தாலும் அவனுக்குத்தான் முதல் தகவல் கிடைக்கும். கிடைத்த தகவலை தானே மனத்தில் வைத்துக்கொண்டு புழுங்க மாட்டான். தெருத்தெருவாக, வீடுவீடாக, சொல்ல வேண்டிய இடத்திலும், சொல்லக்கூடாத இடத்திலும் உரத்த தண்டோராக் குரலில் சொல்லிக்கொண்டே செல்வான். அவன் ஒருவரைப் பற்றிப் பேசத் தொடங்கினால், அவர் யாருடைய பேரன், யாருடைய பிள்ளை, யாருக்கு மாப்பிள்ளை என்பது போன்ற வம்சாவளியையும் உறவுமுறைகளையும் பிசகு இல்லாமல் சொல்வான். குழந்தைகளுக்கு மட்டும் அல்ல, பெரியவர்களுக்கும் அவனைச் சீண்டிவிட்டு வேடிக்கை பார்ப்பது பொழுதுபோக்கு.

கச்சன்னாவின் வாயில் ரகு சிக்கிவிட்டான். தறிக்காரர்களுக்கும் தெருவில் நடமாடுகிறவர்களுக்கும் கேட்கும்படி அவன் கத்தியதைக் கேட்க ரகுவுக்கு வெட்கமாக இருந்தது. அசட்டுச் சிரிப்போடு, உள்ளே போய்விடலாமா என்று ரகு யோசிக்கும்போதே, கச்சன்னா அடுத்த அடி அடித்துவிட்டான்.

"கச்சேரி கெரி ஸங்கிரிஸ். தொகொ ஸொாஸுரோ காய் கெரய்? கொப்போ, ஃபெட்கி லேஜீ ஸொடஸ்தொ மெனி ஃதின்னு ஸிலேஸே. அவ்டய் ரே, ஃபயில் அவ்டய், கவலெ பொடுங்கோ!" (கச்சேரிக்காரன் சொல்லி இருக்கான். உன் மாமன் என்ன செய்வான்? எப்போ பெண்ணைக் கொண்டுபோய் விட்றதுன்னு நாள் பார்த்துக்கொண்டு இருக்கிறான். வந்துடுவாடா, உன் பெண்டாட்டி வந்துடுவா, கவலைப்படாதே!)

ரகுவின் கால்கள் தயங்கின. பித்தன் புதிய செய்தியைத் தருகிறான். ஆனாலும் அவன் பெரும்பாலும் பொய்ச் செய்திகளை வெளியிடுவதில்லை. மேலே என்ன சொல்லப் போகிறானோ என்று ரகுவுக்கு ஆவலாகவும் இருந்தது.

காபி கூஜாவோடு வீட்டுப்படியில் கால் வைத்தபடி, பக்கத்து வீட்டுக்காரர் நின்றுவிட்டார். கச்சன்னாவைத் திருகிவிடவேண்டும் என்ற குறும்புப் புத்தி அவருக்கு வந்துவிட்டது.

"தூ சொட்டொ பெட்கோ. ச்சொட்டோ வர்த்தோ கெர்லேத் சுட்டூ பிரரிஸ்!" (நீ திருட்டுப் பயல், பொய் சொல்லிக்கிட்டே சுற்றுகிறாய்!) என்றார்.

"ஜா, ஜாய் கீ...!" (போ, போறியா!) என்று சீறினான் கச்சன்னா. "நானா பொய் சொல்றேன்? ஜோஸியர் ஜாதகம் புரட்றப்போ, நான் அங்கே இருந்தேன் தெரியுமா? இவன் மாமன்காரன் கிராக்கு இருக்கானே, என்னைப் பாத்து வெளியே போடான்னு கத்தினான். உங்க வீட்டிலே எனக்கு என்னடா வேலைன்னு, தட்டிலே இருந்த வெத்தலை சீவலை மட்டும் எடுத்துக்கிட்டு வந்தேன், தெரியுமா? ரகுவோட பெண்டாட்டி நாளைக்கு வந்துடுவாங்கிறேன். என்ன பந்தயம் கட்டுற?" என்று முழங்கிவிட்டு, கைகளை அகலமாக விரித்து, நீளமாக விசிறி, காற்றில் நீந்துகிறவன் போல் அலங்காரமாய் ஓட்ட நடை நடந்தான் கச்சன்னா.

'கச்சன்னா சொன்னா சரியாத்தான் இருக்கும்' என்று சொல்லிக்கொண்டே அண்டைவீட்டுக்காரர் உள்ளே போனார்.

அப்படியானால், மீரா வந்துவிடுவாளா? மரத்துப்போன மனத்தோடு - மேற்குப் பக்கமாகப் போகும் கச்சன்னாவைப் பார்த்துக்கொண்டிருந்தான் ரகு. அழுத்தமான நடை. ஒவ்வொரு புத்திசாலியும் தான் மிகவும் முக்கியமானவன் என்று நினைத்தவாறுதான் நடக்கிறான். ஒவ்வொரு முட்டாளும் தான்தான் முக்கியமானவன் என்று நினைத்துக்கொள்கிறான். ஒவ்வொரு பைத்தியக்காரனுக்கும் அந்த உரிமை இல்லையா என்ன? கச்சன்னா முக்கியமானவனோ இல்லையோ, ரகுவுக்கு ஒரு முக்கியத் தகவலைத் தந்துவிட்டான். மேலக்கோடியில் அவன் தலை மறைந்தது. 'மீரா வந்துவிடுவாள்' என்று தன்னிடமே சொல்லிக்கொண்டு ரகு கண்களை கிழக்கே திருப்பினான்.

கிழக்கு மேற்காக இருக்கிற சௌராஷ்டிரா தெருவுக்கு நடுவில் வடக்கு பார்த்த வீடு அவர்களுடையது. தெருக் கோடியில் ஒரு மாட்டுவண்டி திரும்புவது தெரிந்தது. கொம்புகளுள்ள மாடு, சலங்கை ஒலி, டயர் சக்கரம், மாமனார் வீட்டு வண்டியேதான். வில் வண்டி. அதில் பல தடவை அவன் மாமனார் வீட்டுக்கு விருந்துண்ணப் போயிருக்கிறான். எத்தனையோ தடவை இந்த வீட்டு வாசலில் மீராவை அழைத்துச் செல்வதற்காகக் காத்துக்கிடந்திருக்கிறது அது. சுமார் நாலு வருடங்களுக்குப் பிறகு அந்த வண்டி இந்தத் தெருவுக்குள் வருகிறது.

2.

ரகுவின் மனத்தில் ஒரு பெரும் கூச்சல் எழுந்தது. உடனே அது அடங்கி ஒரு நிசப்தம் நிலவியது. என்ன நினைப்பதென்றே தெரியவில்லை. கச்சன்னா சொன்னது, 'நாள் பார்க்கிறார்கள், நாளைக்கு உன் பெண்டாட்டி வந்துவிடுவாள்' என்றுதான். ஆனால், மாமனார் இன்றே புறப்பட்டுவிட்டாரா? உள்ளே போனான். காலண்டரை எடுத்துப் பார்த்தான். புதன் கிழமை, திருதியை, புனர்பூசம், அறுபது நாழிகை, சித்த யோகம். வியாழக்கிழமை 'மா'னா என்று இருக்கிறது, அதற்கு மேல், நாள் பார்க்க அவனுக்குத் தெரியாது. அவனைப் பொறுத்தமட்டில், இன்றைக்கு நல்ல நாள். திரும்பவும் வாசலுக்குப் போனான். வண்டி ஏழெட்டு வீடுகளுக்கு அப்பால், பொடி நடை போல வந்துகொண்டிருந்தது. வண்டிக்காரனுக்குப் பக்கத்தில் அந்த மாமனார்க் குடுமி தெரிந்தது. அப்பால் யார் இருக்கிறார்கள் என்று நின்று பார்க்க சங்கோஜமாக இருந்தது. சந்தேகம் இல்லை, வண்டியின் இலக்கு இந்த வீடுதான். வீட்டுக்குள் விரைந்தான். அவனையறியாமல் உடம்போடு மனமும் நடுங்குவதை உணர்ந்தான்.

வீட்டின் முன்பகுதிதான் கடை அல்லது அலுவலகம். குமாஸ்தாக்கள் நால்வரும் தத்தம் இடத்திலிருந்து வேலைகளைக் கவனித்துக் கொண்டிருந்தார்கள். சாதாரணமாக உள்ளூர் நெசவாளர்கள் பொழுது சாய்ந்த பின்பு வருவார்கள். திருபுவனம், திருமங்கலக்குடி, திருச்சேறை, அய்யம்பேட்டை, அம்மையப்பன் போன்ற வெளியூரைச் சேர்ந்தவர்கள் சேலை அறுத்துக்கொண்டோ, பட்டு அல்லது பணம் தேவைப்படும்போதோ எந்த

நேரத்திலும் வருவார்கள். இன்று நெசவாளர்களும் கடையில் காத்திருக்கிறார்கள்.

ரகு கடைப் பையனிடம், "சங்கரா, அப்பாவைக் கூப்பிடு" என்றான். அவன் எழுந்திருப்பதற்குள், சிறு பதற்றத்துடன், "வேண்டாம் வேண்டாம் இரு, நானே போகிறேன்" என்று உள்ளே பெருநடையில் போனான்.

அப்பா அப்போதுதான் மத்தியானத் தூக்கம் நீங்கி எழுந்து உட்கார்ந்திருந்தார். முகத்தைக் கழுவிக்கொண்டு காபிக்காகக் காத்திருந்தார். மண்டையோடு ஒட்டின குளோஸ் கட் கிராப்புக்கு தூக்கத்தால் வீங்கிய முகம் கலியாணப் பூசணியை நினைவூட்டியது. அப்பாவுக்கு பெரிய கண்கள்; ஆனால், மாமனாரின் கண்களில் உள்ள குரூரம் இல்லை. எடை போட்டுப் பேசும் உதடுகள். வார்த்தைகளை எண்ணித்தான் வெளியில் எடுப்பார். அச்சொற்களில் கனமும் நீள அகலமும் இருக்கும்.

"அப்பா, மாமனார் வீட்டு வண்டி வருது. வண்டியிலே அவரும் இருக்கார்."

அவர் கண்களும் பிரகாசிப்பதை அவன் கவனித்தான்.

"வண்டியிலே வேறே யார் வர்றாங்க?"

"தெரியல்லே."

"சரி, நீ கடையிலே போய் உட்கார்."

"நீங்களும் வாங்க."

அவர் நிமிர்ந்து அவன் முகத்தைப் பார்த்தார், ஒன்றும் சொல்லவில்லை. ஆனால், அவர் முகத்தில் நிம்மதியும் சஞ்சலமுமான ரேகைகள். பனியன் அணிந்த மார்பு மீது ஒரு துண்டைப் போட்டுக் கொண்டார். பூணூலில் முடிந்திருந்த பெரிய தங்கத் தாயத்து பனியனுக்கு அடியில் ஒளிர்ந்தது.

"அம்மாவுக்கு..." என்று வாயெடுத்தான் ரகு.

"வேண்டாம், நீ அவகிட்டே போய் இப்ப வாய் கொடுக்க வேண்டாம்."

"ஆமா... அம்மா ஏதாவது குளறுபடியா..." என்று வாய் தவறியோ இல்லை தைரியமாகவோ சொல்லிவிட்டான்.

அப்பா வாய்க்குள் சிரித்துக் கொண்டார். "அப்படி எல்லாம் ஒன்றும் நடக்காது. நீ பேசாம போ."

அப்பாவும் பிள்ளையும் கடைக்கு வந்தார்கள். ரகு வழக்கப்படி காஷ் பாக்ஸுக்குப் பக்கத்தில் உட்கார்ந்தான். கடையில் நடப்பதை எல்லாம் கவனிக்க வசதியான இடம் என்பதோடு, இடதுகைப் பக்கம் இருக்கும் ஜன்னல் வழியாகத் தெருவையும் பார்க்கலாம். அப்பா மெத்தையில் அமர்ந்து திண்டுமீது சாய்ந்தார். அவர் உட்கார்ந்ததும் மாமனார் உள்ளே நுழைந்தார். அவருக்குப் பின்னால் அவரது நிழலுக்குச் சேலை கட்டியதுபோல், மாமியார். பிறகு, மீரா. அவள் தலை குனிந்தவளாய்... பூரா ஜரிகை முகூர்த்தச் சேலைக்குள்ளும் நகைகளுக்குள்ளும் மறைந்த மீரா.

ரகுவுக்கு ஹிருதயத் துடிப்பு நின்று மறுபடியும் ஆரம்பித்தது. ஒரு யுகம் முடிந்து மற்றொரு யுகம் தொடங்குகிறதா? ஒரு பிறவிக்குப் பின் மறுபிறவியா? அப்படி எல்லாம் சொல்ல முடியாது. துன்பகரமான ஓர் அத்தியாயம் முடிவு பெறுகிறது. அடுத்த அத்தியாயத்தில் என்ன இருக்கும்? இன்பமா, துன்பமா? இன்பம், இன்பம் என்றே பக்கம்பக்கமாய் எழுதிக் குவிக்க அவன் விரும்பினான். ஆனால், அவனை யார் எழுத விடுகிறார்கள்? அவனுக்காக, அவனுடைய வரலாற்றை யார் யாரோ அல்லவா எழுதுகிறார்கள்?

மாமியாரைத் தொடர்ந்து, மீரா நடைபாதையில் திரும்பி கம்பிகளுக்கு அப்பால் மறைந்துவிட்டாள். அம்மா நாட்டுப் பெண்ணையும் சம்பந்தி அம்மாளையும் முகம் கொடுத்து வரவேற்பாளா, உட்காரச் சொல்லுவாளா, காப்பி சாப்பிடச் சொல்லுவாளா என்றெல்லாம் அவனுக்குள் கவலை தலையெடுத்தது. அம்மா அப்படிச் செய்யாவிட்டாலும் அவளைக் குறை கூறவும் முடியாது. அவ்வளவு இழிவையும் அம்மா எதிர்கொண்டவள் ஆயிற்றே. ஆனாலும் அவள் அப்படி வந்தவர்களை வரவேற்காவிட்டால், அவனுடைய

வாழ்க்கை அல்லவா திசைகெட்டுக் குழம்பும்? மருமகள் தன் தாயோடு வருவதைக் கூறி, அம்மாவை நாம் கொஞ்சம் உஷார்படுத்தியிருக்கலாம் என்று அவனுக்குத் தோன்றியது. ஆனால், அதைவிடப் பெரிய சங்கதி, அப்பா மாமனார் சந்திப்பு.

அப்பா நிதானமான குரலில், "அவோ, ப்பிஸோ," (வாங்கோ, உட்காருங்கோ) என்றார். அப்படி வரவேற்கவில்லை என்ற குற்றச்சாட்டுக்கு ஆளாகிவிடக்கூடாது என்று எண்ணியோ என்னவோ, உரத்த குரலிலேயே சொன்னார். வாசனைப் பாக்கு, ஏலக்காய், கிராம்பு, ஜாதிக்காய், கத்தகாம்பு, சுருள் சீவல், துளிர் வெற்றிலை, வாசனைச் சுண்ணாம்பு, புகையிலை ஏந்திய பெரிய வெள்ளித் தட்டை மேஜை மேல் வைத்தார்.

மாமனார் நடை பயில்கிறவர் போல், மெதுவாக அடி வைத்து வந்தார். அவருடைய நடையே ரகுவுக்கு அருவருப்பை உண்டாக்கியது. தோளிலிருந்து இடுப்பு வரை உடம்போடு ஒட்டியிருந்த கைகள், முழங்கைகளிலிருந்து இரு பக்கமும் முக்கோணமாய்ப் பிரிந்திருந்தன. உடுக்கு போன்ற இடை பெண்களுக்கு அழகு என்பார்கள். இவருக்கு இடுப்பின் கீழ்ப்பகுதி அப்படி அமைந்திருந்தது. துடைகளிலிருந்து கீழே குறுகி, இரு முழங்கால்களும் முட்டிக்கொள்ள, கால்களின் பகுதிகள் எதிரெதிர்த் திசையாக இருந்தன. முன்னங்கைகளை மட்டும் விசிறி அவர் நடப்பதைப் பார்க்க அவனுக்கு ஏனோ கோபம் வந்தது. கால்களில் இருந்த கவனத்தைத் திருப்பி அவன் தலை நிமிர்ந்தபோது அவருடைய கண்கள் என்னவோ அந்த வீட்டையே விலைக்கு வாங்க வந்தவை போல, அங்கிருந்த நாலு கை மேஜைகள், பட்டு நிறுக்கும் தராசு, ஆறு மர பீரோக்கள், காத்ரெஜ் அலமாரி, இரும்புப் பெட்டி, காஷ் பாக்ஸ், சிவப்பு வெளிர் மஞ்சள் கட்டம் போட்ட கடைப் பாய்கள் எல்லாவற்றையும் துருவிப் பார்த்துவிட்டு, ரகுவின் மேல் கொஞ்சம் தயங்கி நின்று குறுகிப் பார்த்த பின், அவன் அப்பாவைப் பார்த்தபோது அதில் ஓர் ஏளனம். உதடுகளில் ஓர் இளக்காரமான புன்னகை குரூரமாகத் தெரிந்தது.

ரகு எம்.ஏ. ஆங்கில இலக்கியம் படித்தவன். ஆனாலும் அப்பா எந்த இடத்திலிருந்து எப்படி ஆரம்பிக்கப் போகிறார் என்றெல்லாம் அவனுக்கு யூகிக்க முடியாது. ஆனாலும்

அவனுக்கு ஆவலாக இருந்தது. இன்னொரு பக்கம் மாமனார் எந்த இடத்தைப் பிடித்துக்கொண்டு தொங்கப்போகிறாரோ, எதை இடக்காகச் சொல்லப் போகிறாரோ என்று கவலையாகவும் இருந்தது. போரில் வெற்றி கண்ட தளபதிக்கு முன்னிலையில் தோல்வியுற்ற தளபதி துப்பாக்கி முதலிய ஆயுதங்களை கீழே வைப்பானாமே; அதுபோல அப்பாவின் நிபந்தனைகளை அவர் ஏற்பாரா? அப்பா இப்போதும் நிபந்தனைகள் விதிப்பாரா?

மாமனார் உட்கார்ந்ததும், வெற்றிலைத் தட்டைக் கையில் எடுத்துக்கொண்டு அப்பா எழுந்தார்.

"நாம் வியாபாரிகள் அறைக்குப் போய்விடுவோம். வாருங்கள். ரகு, நீயும் வா."

மாமனார் உட்காரும் வரையில் காத்திராமல், நேராகவே அவரை வியாபாரிகள் அறைக்கு அழைத்துப் போயிருக்கலாமே என்று எண்ணினான் ரகு. மாமனாரை ஒரு தோப்புக் கரணம் போட வைக்க வேண்டும் என்பது அப்பாவின் எண்ணம் போலும் என்று நினைத்து ரகு உள்ளுக்குள் சிரித்துக்கொண்டான். மாமனாருக்கும் புரிந்தது; அதைக் காட்டிக்கொள்ளாமல் அசடாகச் சிரித்தபடி, "குடும்ப விஷயம், கடையிலே எதுக்குப் பேச வேண்டும் என்கிறீர்களா? அதுவும் சரிதான்" என்று சொல்லிக்கொண்டே அப்பாவைப் பின்தொடர்ந்தார்.

வியாபாரிகள் அறை என்பதும் கடையின் ஒரு பகுதியே. அங்கே பட்டுச் சேலைகள் பீரோக்களில் அடுக்கி வைக்கப்பட்டிக்கும். வெளியூரிலிருந்து சேலை வாங்கவரும் வியாபாரிகளை அங்கே அழைத்துப் போய் சேலைகளைக் காட்டுவார்கள். வியாபாரிகள் தங்களுக்கு வேண்டியதை செலக்ட் செய்வார்கள். அவர்கள் சௌகரியமாக இருந்து பார்ப்பதற்கு சோபாக்களும், குஷன் நாற்காலிகளும், மற்ற வசதிகளும் இருந்தன. அங்கே அப்பாவும் மாமனாரும் ஒரு சோபாவில் உட்கார்ந்தார்கள். சற்றுத் தள்ளி ஒரு நாற்காலியில் உட்கார்ந்தான் ரகு.

"நாபான் தவோ," (வெற்றிலை போடுங்க) என்று வெள்ளித் தட்டை சம்பந்திக்கு முன்னால் வைத்தார் அப்பா.

மாமனார் வெற்றிலை போடுவதில்லை. அப்படியிருந்தும், மஞ்சள் பற்கள். தட்டில் கையிட்டு வாசனைப் பாக்கு கொஞ்சம் அள்ளி வாயில் எறிந்தபடி சொன்னார்.

"திருச்சி மாப்பிள்ளை வந்திருந்தார். வெற்றிலைத் தட்டை வைச்சோம். சாப்பிடறத்துக்கு முன்னாடி வெத்திலைத் தட்டை வைச்சா, வெத்திலை போட்டுக்கிட்டு போயிட்டு வாங்கன்னு சொல்றதா அவங்க ஊரிலே அர்த்தமாம். மாப்பிள்ளைக்குக் கோபம் வந்துட்டது. விருந்துக்குன்னு கூப்பிட்டுட்டு வெத்திலை போட்டுட்டு போகச் சொல்றீங்களான்னு சண்டைக்கு வந்துவிட்டார். ஆனா, உங்களோட நான் அப்படி சண்டை போட முடியுமா?"

"போட மாட்டீங்க. ஆனா, பெண்ணை வீட்டோடு வைத்துக் கொண்டு உன்னாலானதைப் பார் என்று செஞ்சிருப்பீங்களோ..." - அப்பா இப்படி வக்ரமாகப் பதில் சொல்லி ஆரம்பிப்பார் என்று ரகு எதிர்பார்க்கவில்லை. ஆனால், மாமனார் அதற்கு சிரிப்பதைக் காண அவனுக்கு ஆச்சரியமாக இருந்தது.

அப்பாவே தொடர்ந்தார். "டிபன் தராமல் வெற்றிலை போடச் சொல்றேனேன்னு பார்க்குறீங்க... இல்லியா?" என்று சொல்லிக்கொண்டே அப்பா காலிங்பெல் பட்டனை அழுத்தினார். அடுத்த நிமிடம் சங்கரன் அங்கே வந்தான்.

"சங்கரா, அம்மாவிடம் டிபன் காபி கொண்டுவரச் சொல்லு, சம்பந்தி காபி சாப்பிட மாட்டார், ஓவல் கொண்டுவரச் சொல்லு" என்று கட்டளையிட்டார்.

மாமனார் குறுக்கிட்டார். "டிபனா? வேண்டாம். நாங்க வீட்ல சாப்பிட்டுத்தான் புறப்பட்டோம். டே சங்கர், டிபன் வேண்டாம்." சங்கரன் தயங்கி நின்றான். பிறகு அவரே, "சரி, இங்கேயும் வந்து, கிட்டத்தட்ட நாலு வருஷம் ஆகுது. வேண்டாம்ன்னா சம்பந்திக்கு வருத்தமாயிருக்கும். போ, நீ போய்க் கொண்டு வா. என்ன கொடுத்தாலும் சாப்பிடறேன்" என்று சங்கரனைப் பார்த்துச் சொல்லிவிட்டு, "திருப்திதானே?" என்றார் அப்பாவை நோக்கி.

சங்கரன் போய்விட்டான். அப்பா பேசவில்லை. மாமனார் வெகு நயமாகத் தம் விண்ணப்பத்தைத் தாக்கல் செய்தார்.

"துங்க சமான். துங்கயெள் அனி செர்ச்சிதியோ" (உங்க பொருள். உங்களிடம் கொண்டுவந்து சேர்த்துட்டேன்) என்றார், அப்பாவையும் என்னையும் தம் கண்களால் தூக்கலாகப் பார்த்துக்கொண்டு.

"நீங்க வர்றீங்கன்னு தெரிவித்திருக்கலாமே" என்றார் அப்பா.

தெரிவித்திருந்தால் அப்படியே மேளதாளத்தோடு சம்பந்தியின் கழுத்தில் மாலைபோட்டு வரவேற்றிருப்பாரோ அப்பா என்று எண்ணி ரகு சிரித்துக் கொண்டான். அப்பா அதைச் சொல்லவில்லை. எங்கள் பொருளை எங்களிடம் ஒப்படைக்க வேண்டும் என்று திடீரென்று எப்படி முடிவு கண்டு புறப்பட்டு வந்தீர்களோ என்பதே அப்பாவின் கேள்வி.

மாமனார் கேள்வியைத் தெளிவாய்ப் புரிந்துகொண்டு சிரித்தார். "நான் வரமாட்டேன்னு நீங்க பயந்துகொண்டே இருந்தீங்க... இல்லையா?"

இது பைத்தியம் எல்லாம் இல்லை, பிசாசு. என்றைக்காவது ஒருநாள் எனக்குக் கோபம் வந்து, இதன் கழுத்தைப் பிடித்து நெருக்கிக் கொன்றுவிடப் போகிறேன் என்று எண்ணினான் ரகு. ஆனால், அப்படி ஒரு நாளும் நடக்கப் போவதில்லை என்ற எண்ணம் தோன்றியபோது பெருமூச்சு விட்டான்.

மனிதன் என்றைக்கு ஆடைகட்டத் தொடங்கினானோ அன்றைக்கே வேடதாரி ஆகவும் மனத்தில் இருப்பதை மறைக்கும் பொய்யன் ஆகவும் மாறிவிட்டான். இலை, மரவுரி ஆடையிலிருந்து டெரிலினுக்கு நாகரிகம் வளர்ந்துள்ளதற்கு ஏற்ப, பொய்யும் மிக நாசூக்கான முன்னேற்றம் கண்டுவிட்டது. விளைவு என்ன? பிரச்னை மிகுந்ததும், வேதனை வளர்ந்ததும்தான்.

ஒரே ஊரில், அதுவும் மூன்றாவது தெருவில் உள்ள மனைவியை கணவனோடு வாழச் சொல்வதற்கு கோர்ட், ஜட்ஜ், வக்கீல்கள், சட்டப் புத்தகங்களின் உதவியை ஒரு காட்டான் நாடுவானா?

“பயம் என்ன பயம்? நாங்க ஒரு முடிவுக்கு வந்துட்டோம். அப்படி ஒரு நிர்ப்பந்தத்திலே எங்களை வைச்சிட்டீங்க. வந்தா, நீங்க இன்னைக்கு வரணும். நாளைக்கு மரணயோகம் இருக்கு; அப்புறம் வெள்ளிக்கிழமை. இன்னைக்கு நீங்க வரல்லேன்னா, நாளைக்குப் பொழுது விடிஞ்சதும் நான் வக்கீல் வீட்டுக்குப் போய் நின்னுருப்பேன்.”

முடிந்துபோன கதையை, முடியாத கதையாக பாவித்து, ‘நெப்போலியன் வாட்டர்லூவில் வென்றிருந்தால், ஹிட்லர் ரஷியா மீது போர் தொடுக்காதிருந்தால்’ என்பது போல் If (இஃப்) போட்டு தர்க்கமாடுகிற விஷயமா இது? இந்த அப்பா ஏன் இப்படிப் பேசுகிறார் என்று ரகுவுக்கு வருத்தமாக இருந்தது. இதனால் மாமனார்க் குடுமி மறுபடி விறைத்துக் கொள்ளுமோ என்று பயந்தான். ஆனால், மாமனார்க்காரரோ அருமையான ‘ஜோக்’கைக் கேட்டவர் போல் தம் மஞ்சள் பற்கள் அத்தனையும் தெரியச் சிரித்தார். நல்ல வேளை, நான் அவருக்கு அருகில் இல்லை. இவ்வளவு பெரிய சிரிப்புக்கு ஏற்ற பெரிய நாற்றம் என்னுடைய நாசியில் புகுந்து என்னைத் தூக்கி எறிந்திருக்கும். தஞ்சாவூர் ஜில்லா, கும்பகோணத்துக்காரர் தாம்பூலமும் புகையிலையும் போடக்கூடாதா? தான் நாறுவது தனக்குத் தெரிந்தால்தானே? சிரிப்பை ஆரம்பித்தது போலவே திடீரென்று நிறுத்திக்கொண்டு மாமனார் சொன்னார்.

“நீங்க பிடிவாதக்காரர், அப்படி செய்வீங்கன்னு எனக்குத் தெரியும். நான் அவ்வளவு தூரத்துக்கு விடுவேனா? நீங்கதான் என்னை சரியாப் புரிஞ்சிக்கல்லே. சண்டை போட்றதுக்காவா உங்களோட சம்பந்தம் செஞ்சிகிட்டேன்? தன் பெண் வாழ வேண்டாம் என்கிறத்துக்காக யாராவது அம்பதாயிரம் செலவு பண்ணி கலியாணம் செஞ்சி கொடுப்பானா? இல்ல, மாப்பிள்ளைக்குத்தான் என்ன குறைச்சல்? இங்லீஷ் எம்.ஏ.; வேலைக்குப் போகல்லியேன்னு எனக்குக் கொஞ்சம் குறைதான். ஆனா, வீட்டுக்கு மூத்த பிள்ளை. சமுத்திரம் போல தொழில் நடக்குது. பொறுப்பா கவனிச்சிக்க ஆள் வேண்டாமா? கவர்மென்டு உத்தியோகம்னா என்ன கொடுத்துடுவான்? ஐந்நூறு அறுநூறு தருவான். மாப்பிள்ளை பத்து பேருக்கு அந்தச் சம்பளம் தருவாரே. மாப்பிள்ளை ரொம்ப சாமர்த்தியமா தொழிலைச் செய்கிறார்னு நாலுபேர் சொல்றதைக் கேட்கிறப்ப எனக்கு

ரொம்பப் பெருமையா இருக்கு. அப்படியானா பெண்ணைப் பிடிச்சு வைச்சுக்கிட்டு நான் ஏன் தகராறு பண்ணினேன்னு தானே கேட்கிறீங்க? கோர்ட், டைவோர்ஸ்ன்னு நீங்க போகும்படியா நான் ஏன் போனேன்னு தானே கேட்கிறீங்க?"

இதென்ன புதிய அவதாரம் என்று ரகுவுக்கு வியப்பாக இருந்தது; பன்றி உடம்பு, நாய்த் தலை. ஐந்து நாளைக்கு முன்பு கோர்ட் வாசலில் குரைத்தாரே, அதே மனிதர் இன்று மேலே விழுந்து கொஞ்ச வருகிறார்!

"அதெல்லாம் நான் ஒண்ணும் கேட்கல்லயே. நடந்ததைப் பத்திப் பேசறதைவிட நடக்க வேண்டியதைப் பத்திப் பேசலாம்" என்றார் அப்பா.

"நீங்க வாயால அப்படிச் சொல்லலாம். ஆனா, உங்க மனசிலே ஒரு கடகடப்பு இருந்துகொண்டுதானே இருக்கும். உங்க மருமகளை பிறந்த வீட்டுக்கு அனுப்பிச்சீங்க. அவளைத் திருப்பி அனுப்பாமல் நான் தகராறு பண்ணினேன். வெளில உங்களுக்கு அவ்ளோதான் தெரியும். உள் விவரம் ஏன் என்னன்னு தெரியுமா உங்களுக்கு?"

அப்பாவுக்கு வாசனைப் பாக்கு பிடிக்காது. புகையிலைக்கு அது பொருந்தாது என்பார். சுருள் சீவலை வாயில் அள்ளிப்போட்டபடி, "அதைத்தான் கோர்ட்டிலேயே சொல்லிவிட்டீங்களே!" என்றார்.

"கோர்ட்டிலே நான் என்ன நிஜத்தையா பேசினேன்? இல்ல, நீங்க நிஜம் பேசினீங்களா? விவகாரம்னு போனா, ஜெயிக்கணும் என்கிறத்துக்காக கட்சிகட்டிக்கிட்டு சத்தியம் செய்து, பொய் சொல்றோம். நம்ம குடும்ப உள் விஷயம் அப்படிங்களா? ஜெயிச்சாலும் நஷ்டம், தோத்தாலும் நஷ்டம். எனக்கு என் பெண் சந்தோஷமா வாழணும், உங்களுக்கு உங்க பிள்ளை சந்தோஷமா வாழணும். அதுக்குத்தான் நான் ரெண்டு பேரையும் பிரிச்சு வச்சேன். அதை உங்களால புரிஞ்சுக்க முடியலை. அதுதான் எல்லாத்துக்கும் மூல காரணம்."

இந்த வேடிக்கை மனிதர் காரணகாரியரீதியாக ஒரு மானக் கேட்டை நியாயப்படுத்த முயலுகிறார்; ஒரு பெரிய பொய்க்கு அடியில் பல உண்மைகளைப் பதுக்கி மறைக்க முயல்கிறார்

என்று ரகுவுக்கு எரிச்சலாக இருந்தது; இன்னொரு பக்கம் அந்தப் பொய் என்னவென்று அறிய வேண்டுமென ஆவலும் எழுந்தது.

“புருஷனும் பொஞ்சாதியும் சேர்ந்திருந்தா உடம்புக்கு ஆகாதுன்னு...” என்று அப்பா தொடங்கித் தொடருவதற்குள் மாமனார் ஒரு கேள்வியை எறிந்தார்.

“நீங்க மாப்பிள்ளை ஜாதகம் பார்க்கவே இல்லியா?”

“பார்க்காமே என்ன? அவன் பெண்டாட்டி முகத்திலே முழிக்கக் கூடாதுன்னு ஒரு ஜோசியரும் எனக்குச் சொல்லலையே.”

உள்ளே வந்த சங்கரன் மூன்று பேருக்கும் மூன்று சிறிய வெள்ளித் தட்டுகளில் ஆவியோடு நெய் மணக்க ரவா கேசரி வைத்தான்.

“சொச்சத்தை அப்புறம் பேசுவோம்” என்றவாறு அப்பா எழுந்தார். அவரும் மாமனாரும் வாஷ் பேசினில் வாயைக் கழுவிக்கொண்டு உட்கார்ந்தார்கள்.

“வீட்டை ரொம்ப வசதியாகத்தான் கட்டியிருக்கீங்க” என்றார் அவர்.

கொதி சூடாக இருந்த கேசரியில் கொஞ்சம் கிள்ளி விரல்களில் உருட்டி வாயைக் குவித்து ஊதி ஆற்றி, பின் வாயில் போட்டுக்கொண்டு அப்பா கூறினார்.

“சம்பந்தி ஐயா, நான் பழைய தறிக்காரன், புதிய பணக்காரன்னா, அவன் ஒரு தற்குறின்னு மட்டும்தான் உங்களுக்குத் தெரியும். என் சம்சாரமும் ஒரு தறிக்காரின்னு உங்களுக்குத் தெரியுமா? தெரியாது. அவ அய்யம்பேட்டைக்காரி. மணிக்கணக்கா உக்காந்து நெய்யத் தெரிஞ்சவங்கிறத்துக்காகவும் நான் அவளைக் கட்டிக்கிட்டேன். கலியாணமான மறுவாரமே என் தறிமேடைக்கு எதிரிலேயே அவ ஒரு தறிமேடை ஏறிவிட்டா. ஆனா, தறிக்காரன், உழைப்பாளின்னா உங்களுக்கு அவ்ளோ கேவலமா இருக்கு. தாத்தா, கொள்ளுத்தாத்தா சேர்த்து வைச்சதைக் கொண்டு பிழைக்கறதைத்தான் நான் கேவலமா நினைக்கிறேன். எவ்வளவோ கஷ்டப்பட்டுட்டோம். முழுப்பட்டினி, அரைப்பட்டினியாக இருந்த காலமும் உண்டு.

யார் செஞ்ச புண்ணியமோ, இப்போ நல்லபடியா நிறைய சம்பாதிக்கிறோம். நீங்க பரம்பரைப் பணக்காரங்க, பணத்தைக் குவிச்சுப் பார்த்தாலே உங்க பசி ஆறிடும். செலவு பண்ண மனசு வராது. நான் புதுப் பணக்காரன். எனக்கு சம்பாதிக்கவும் தெரியும். செலவு செஞ்சு சுகம் அனுபவிக்கவும் தெரியும். பணத்தை காத்துபடாமே பூட்டி வச்சு பூஜை செஞ்சா, அதுக்கும் வியாதி வந்துவிடும். இந்த ரகசியம் பரம்பரைப் பணக்காரர்களுக்குத் தெரியாது. பாடுபட்டுச் சம்பாதிக்கிறவனுக்குத்தான் பணத்தை எப்படி உபயோகப்படுத்தறதுங்கிறதும் தெரியும்."

சின்னக் கேள்விக்குப் எவ்வளவு பெரிய பதிலாய்க் கூறுகிறார் அப்பா. ஆனால் அது தேவையற்ற பதில் என சொல்ல முடியாது. அவருடைய மனத்திலிருந்த வேதனைதான் இத்தனை நாகரிகமான வார்த்தைகளாய் வெளிப்படுகிறது. இந்த வாய் நாற்றக்காரர் அப்பாவை மட்டுமா அவமதித்தார்? அப்பாவுக்கு அவமானம் என்றால் பிள்ளைக்கும் அவமானம் என்கிற நீதி ஒருபுறம் இருக்கட்டும். மேகங்களுக்குப் பின்னால் ஒளிந்துகொண்டு சண்டைபோடும் அரக்கனைப்போல் இந்தக் குடுமிக்காரர் வீட்டுக்குள் இருந்துகொண்டு ஊர் நாறும்படி பேசியது ஒருபுறம் இருக்கட்டும். கோர்ட்டில் வக்கீல்களுக்கும் வக்கீல் குமாஸ்தாக்களுக்கும் போகிறவர்களுக்கும் வருகிறவர்களுக்கும் முன்னால், மீராவை முன்னிலைப்படுத்தி என்னையும் அப்பாவையும் நேருக்கு நேராக இந்த மனுஷன் தாக்கி அவமானப்படுத்தியதை வாழ்நாள் முழுக்க என்னால் மறக்க முடியுமா?

ரகுவின் மனத்தில் அந்த கோர்ட் சீன் தினமும் நிகழ்கிறது. அந்தக் காட்சியில் யார் எப்படி நடித்தார்கள், என்ன பேசினார்கள் என்பது அவனுக்கு மனப்பாடம். ஒவ்வொருவருடைய முகபாவமும் எப்படி மாறியது, கண்கள் காதுகள் மூக்கு எப்படி இருந்தன, கை கால்களை எப்படி ஆட்டினார்கள் என்பன போன்ற சின்னச் சின்ன விவரங்களைக்கூட அவனால் மறக்க முடியவில்லை.

கோர்ட்டில் சாரதியின் விஜாரணை என்றால் வக்கீல்களுக்கு சிம்ம சொப்பனம். சப் ஜட்ஜ் பார்த்தசாரதி அய்யங்கார் மிகவும் கெட்டிக்காரர். நிறையப் படித்தவர் ரொம்ப விஷமக்காரர்,

தேர்ந்த ரசிகர் என்று பிரபலமானவர். அவர்தான் இந்த வழக்கையும் விசாரித்தார்.

வாதி: கும்பகோணம், சௌராஷ்டிர நடுத்தெரு, குடிசித்தா கோதண்டராமய்யர் குமாரர் ரகுராமன். அவருக்கு வக்கீல், டி.கே. சீனிவாச அய்யங்கார்.

பிரதிவாதி: கும்பகோணம், சௌராஷ்டிரப் பெரியதெரு, கனாசித்து. ரா. கிருஷ்ணய்யரின் மூத்த மகளும் ரகுராமனின் மனைவியுமான மீரா. அவர்களுக்கு வக்கீல், சி.எஸ். ஆராவமுத அய்யங்கார்.

நீதிபதி பல மாதங்கள் வரை இந்த வழக்கை விசாரணைக்கு எடுக்கவில்லை. இரண்டு, இரண்டு மாதங்களாய்த் தள்ளிப் போட்டுக்கொண்டே இருந்தார். ஒவ்வொரு தடவை அட்ஜர்ன் செய்யும் போதும், "வாதியும் பிரதிவாதியும் இன்னும் சமரசம் செய்து கொள்ளவில்லையா?" என்று கேட்டு, இல்லை என்று தெரிந்ததும் அட்ஜேர்ண்டு என்று இரண்டு மாதங்களுக்குப் பிந்தி ஒரு தேதி கொடுத்துவிடுவார். சமரசம் நடக்கவில்லை என்றானதும், வழக்கை 'இன் காமிரா'வாக (தம் அறைக்குள்) நடத்துவதென்று தீர்மானித்து, லஞ்சுக்குப் பிறகு வாதி பிரதிவாதிகளையும், இருதரப்பு வக்கீல்களையும், முக்கியமான சாட்சிகளையும் தம் அறைக்கு அழைத்தார். வழக்கு விசாரணை போலவே இல்லை. ஒரு மீட்டிங் நடப்பது போல் இருந்தது.

அப்பா, அம்மா, மாமியார், மாமனார், மீரா, ரகு ஆக, இரண்டு குடும்பங்களும் சுருக்கமாய் அங்கே கூடியிருந்தன. ரகு வாதி, மீரா பிரதிவாதி, மற்றவர்கள் சாட்சிகள் குடும்பத்தோடு தொடர்பு இல்லாத மற்ற சாட்சிகளை ஜட்ஜ் அறைக்கு வரவேண்டாம் என்று கூறிவிட்டார்.

ஜட்ஜ் எல்லாரையும் உட்காரச் சொன்னார். என்ன சாப்பிட்டாரோ, இல்லை பாக்குத் துகள் எதுவும் சிக்கியதோ தெரியவில்லை. சுவாரஸ்யமாய் குண்டூசியால் பற்களைக் குத்தியவாறே ரகுவையும் மீராவையும் பார்வையிட்டார். அவருக்கு 52 வயது இருக்கும். மீராவைப் பார்க்கையில் அது புரண்டு 25 ஆகிக் கண்கள் ஒளிர்ந்தாலும் மறுநொடியே அவை 52ல் ஆழ்ந்ததை ரகு கவனித்தான்.

மனைவி, கணவனோடு வாழாமல் பிறந்த வீட்டில் இருக்கிறாள் என்பதே மானக்கேடான விஷயம். அது விவகாரமாகி, குடும்பப் பெண்களைக் கூண்டில் ஏற்றி வக்கீல்களின் விசாரணைக்கு உட்படுத்துமளவுக்கு விவகாரம் வளருவது மகாகேவலம். நான் மானம் கெட்டவன், அதனால்தான் இவ்வளவு பொறுமையாக இருக்கிறேன் என்று நினைத்தபோது தன் மீதே வெறுப்பாக இருந்தது ரகுவுக்கு.

நீதிபதி குறும்புக்காரரர். ரகுவும் மீராவும் நேருக்கு நேராக உட்காரும்படி ஸீட்களை ஏற்பாடு செய்து, உட்காரவும் வைத்தார். மணப்பந்தலிலாவது, கேலி செய்யும் கூட்டத்தில், சங்கோசம் இல்லாமல் அவன் அவளைப் பார்த்தான்; இங்கு மற்றவர்களுக்கு அஞ்சி, ஜட்ஜுக்கும் அஞ்சி, கள்ளத்தனமாக மீராவை அவ்வப்போது பார்த்துக் கொள்ளும்படி ஆயிற்று அவனுக்கு. ஆனால், அவன் பார்க்கும்போதெல்லாம் அவள் தலைகுனிந்த பளிங்குச் சிலையாகவே உட்கார்ந்திருந்தாள். நீதிபதி கேட்கிற கேள்விகளுக்கு அர்த்தம்கூடவா அவளுக்குப் புரியவில்லை?

"இந்தக் கேஸ் இன்னியோட முடியணும். என்ன சொல்றேள்?"

யாரும் பேசவில்லை.

"இரு தரப்பு வக்கீல்களுக்கும் இப்ப வேலை இல்லை. ஃபீஸ் வாங்கினதற்காக செய்ய வேண்டிய மிஸ்சீஃப் செய்துட்டேள். இனி மிஸ்சீஃப் பண்ணாம இருக்கத்துக்காக இரண்டு கட்சிக்காராளும் உங்களுக்கு ஃபீஸ் கொடுத்துடுவா. ஆர் யூ சாடிஸ்ஃபைட்?"

வக்கீல்கள் பேசவில்லை. இந்த ஜட்ஜ் எமகாதகன். சொல்லால் குட்டுவார், முரண்டால் திட்டுவார் என்று அவர்களுக்குத் தெரியும்.

"நான் ஒரு ஐய்யங்கார், தெரியுமோன்னோ? வக்கீல்களுக்கும் கட்சிக்காராளுக்கும் பயந்துண்டு நான் திருமண் இட்டுக்கிறதில்லே. பார்க்கப் போனா இங்கே இருக்கிறவா எல்லாரும் வைஷ்ணவான்னு தெரியுது."

ரகுவின் மாமனார் இடுப்பில் அங்கவஸ்திரம் கட்டி, கைகட்டிக் கொண்டு நாற்காலியின் ஆழத்தில் உட்கார்ந்திருந்தவர் முன்னால் பிதுங்கினார். "அய்யர்ன்னு பேர் வைச்சுக்கிட்டாலும் நாங்க வைஷ்ணவ மதம்தான். டாக்குமென்ட்ஸ்லே எல்லாம் வைஷ்ணவ மதம்னுதான் எழுதுவோம். திருப்பதி வெங்கடாசலபதி சுவாமிதான் எங்களுக்குக் குல தெய்வம்."

"கிருஷ்ணய்யர் திருமண் இட்டுண்டிருக்கார். நீங்களும் உங்கள் பிள்ளையும் விபூதி பூசியிருக்கிறேளே?" என்று சாரதி அப்பாவின் பக்கம் திரும்பினார்.

அப்பா இடது கையை வயிற்றின் மேல் வைத்துக் கொண்டு, வலது கையால் வாயைப் பொத்திக்கொண்டு பதில் சொன்னதைப் பார்க்க ரகுவுக்குப் பிடிக்கவில்லை.

"எங்க தகப்பனார் வெண்ணெய்க் கண்ணன் படமும், திருப்பதி பெருமாள் படமும் வைச்சுத்தான் பூஜை செய்தார். எனக்கு என்னவோ முருகப்பெருமானிடம் ஓர் ஈடுபாடு" என்று சற்று நிறுத்திய அப்பா, "காலையில பூஜை செய்யாம பச்சைத் தண்ணிகூட வாயிலே ஊத்தமாட்டேன்" என்று முடித்தார்.

இப்போது மாமனார் கேள்வி எதுவும் இல்லாமலே, பதில் சொன்னார். "எனக்கு பூஜை செய்ய நேரமில்லே. ஆனா, தினம் பூஜை பாகவதர் வந்து பூஜை செஞ்சிடுவார்."

"பூஜை பாகவதரா?" என்று கேட்டார் நீதிபதி.

"மாதச் சம்பளம் வாங்கிட்டு, வீட்டுக்கு வந்து பூஜை செஞ்சிட்டுப் போற பாகவதருங்க இருக்காங்களேய்யா."

"தேவலையே... இப்படி ஒரு சௌகரியம் உங்க ஜாதில இருக்கா? ஆக, கலியாண சம்பந்தம் செய்துகொள்ள நீங்க வைஷ்ணவ மதமா, சைவ மதமான்னெல்லாம் பார்க்கிறதில்லை, அப்படித்தானே?" என்றார் சாரதி, ரகுவின் பக்கம் திரும்பி, அவனைப் பேச வைக்கவேண்டும் என்று விரும்பினார் போலும்.

"பார்க்கிறதில்லே. எங்களுக்குள்ளேயே, துவைதிகள், விசிஷ்டாத்வைதிகள், அத்வைதிகள், சிந்தாந்திகள் இருக்கிறாங்க. அய்யர், அய்யங்கார், சர்மா, ராவ் என்றெல்லாம்

சொல்லிக்குவோம். ஆனா, சம்பந்தம் செஞ்சுக்க மத வேற்றுமைகளைப் பார்க்கிறதில்லே" என்றான் ரகு.

"வெரிகுட். குடிசித்தா, கனாசித்து, மைசூர், ரெங்காங்கிற உங்க பட்டப் பெயர்கள் எப்படி ஏற்பட்டுது?"

அதற்கும் ரகுதான் விடை கூறினான். "ஒரே கோத்திரத்தைச் சேர்ந்தவர்களுக்கு ஒரு பட்டப் பெயர் இருக்கும். வெவ்வேறு பட்டப் பெயர்கள் உள்ள சில குடும்பங்களுக்கு ஒரே கோத்திரம் இருப்பது உண்டு. ஆனால், இந்தப் பட்டப் பெயர்கள் எப்படி வந்தன என்று தெரியல்லே. சில பெயர்களுக்கு அர்த்தமே புரியல்லே. அதைப் பத்தி இப்போ சில பேர் ஆராய்ச்சி செய்றதா தெரியுது."

நீதிபதி சாரதி இப்போது மாமனார் பக்கம் கவனம் செலுத்தினார். "நீங்க எல்லாரும் பெரிய குடும்பத்தைச் சேர்ந்தவாளாத் தெரியுது. தெய்வத்துக்குப் பயப்படறேள். நல்ல பழக்க வழக்கங்களைக் கொண்ட்ருக்கேள். நேம நிஷ்டையெல்லாம் இருக்கு. அப்படியிருந்தும், வீட்டுப் பொண்களை எல்லாம் கோர்ட்டுக்கு இழுத்துண்டு வந்திருக்கேளே. என்னத்துக்காக ஆத்துக்கு வந்த பொண்ணை புகுந்தாத்துக்கு அனுப்பாம தகராறு பண்றேள் கிருஷ்ணய்யர், இதெல்லாம் என்னய்யா?"

நீதிபதியின் கேள்வி எதிர்பார்க்கப்பட்டதுதான். ஆனால் இன்னும் கொஞ்ச நேரம் கழித்துவரும் என்று மாமனார் எதிர்பார்த்தார் போலும். வார்த்தைகளை மென்று விழுங்கினார்.

"பெண்ணை அனுப்பமாட்டேன்னு நான் சொல்லல்லியே?"

"அப்போ அவா கூப்பிடல்லேங்கிறீரா? ரகுவோட அக்கா உங்காத்துக்கு வந்து கூப்பிட்டிருக்கா. பஞ்சாயத்தார் மூலம் கூப்பிட்டிருக்கா, ஆத்துக்கு வந்த பஞ்சாயத்தாரை வெளில போன்னு விரட்டிவிட்டீராமே?"

"பஞ்சாயத்துன்னு யாரும் வரல்லே. நானும் அப்படி சொல்லல்லே. பிராதிலே பொய்யும் பித்தலாட்டமுமால்ல எழுதியிருக்காங்க."

அப்பா வினயமாக எழுந்தார்.

“உட்காருங்கோ, நான் உம்மகிட்ட எதும் கேட்டேனா?” என்று ஜட்ஜ் அதட்டியதும் அவர் உட்கார்ந்துவிட்டார்.

“சரி, அவாதான் மருமகளைக் கூப்பிடல்லே. ஆத்துக்கு வந்த பெண்ணை நீர்தானே அனுப்பி வைக்கணும்? பொண்ணைக் கட்டிக்கொடுத்தப்புறம் உம்மாத்திலே அவளை வைச்சிண்ட்ருக்க உமக்கு என்னய்யா அதிகாரம் இருக்கு?”

மாமனாரின் கண்கள் சவுக்கைச் சொடுக்குவதுபோல் சீறின. கணத்தில் சவுக்கடியை வாங்கிக்கொண்டு பயந்தவை போல் நடித்துத் தணிந்தன.

“பெண்ணை நானா வீட்டுல வைச்சுக்கிட்டேன்? மாமனார் வீட்டிலே செய்ற கொடுமை தாங்க முடியாமே, அவளா அவ அம்மா வீட்டைத் தேடிட்டு வந்தா, அவளைத் துரத்திவிட முடியுமா?”

ஜட்ஜ் கொடுத்த சுதந்திரத்தை மாமனார் ஆரம்பம் முதலே தவறாகப் பயன்படுத்துகிறார்; பதில் சொல்லாமல் இவர் கேள்வி கேட்கிறார். ஜட்ஜுக்கு அது தெரியும். மாமனார் வேறொரு பிறவி என்று அவருக்குப் புரியும். அதனால் பொறுமையாக இருக்கிறார் என்று ரகு நினைத்தான். ஆனால் ஜட்ஜின் குரலில் அடுத்த கேள்வியில் ஏதோ மாறுதல். மாமனாரைத் தட்டிக் கொடுப்பதுபோல் இருந்தது.

“கிருஷ்ணய்யர், நீர் இப்போ சொன்னீரே அது நியாயம். ஒரு நியாயமும் இல்லாம பொண்ணை ஆத்தோடு நீர் வச்சிருக்கமாட்டீர்னு நேக்குத் தெரியும்” என்றவர் மீராவின் பக்கம் திரும்பி மிகவும் குழைவாய்க் கேட்டார்.

“ஏம்மா மீரா, உம் புருஷன் உன்னை அடிப்பனா?”

கேள்வி தன்னிடம் கேட்கப்பட்டது என்பதைப் புரிந்துகொள்ளவே அவளுக்கு ஒரு விநாடி ஆயிற்று, அதைப் புரிந்துகொண்டபோதும் அங்கே என்ன நடக்கிறது என்பதைப் புரிந்துகொள்ள முடியாதவள் போல் விழித்தவாறு தலை நிமிர்ந்து நீதிபதியைப் பார்த்துவிட்டுத் தலை குனிந்தாள்.

“இது கோர்ட்தான், ஆனா, இங்க ஏதோ விசாரணை நடந்துண்டிருக்கு அப்படின்னு நினைக்காதே. நான் உனக்குத் தோப்பனார் மாதிரி. பயப்படாமே ஷொல்லு.” நீதிபதியும் நடிகராக இருக்கவேண்டியதாகிறது என்று எண்ணினான் ரகு. மீரா என்ன சொல்லப் போகிறாள் என்பதைக் கேட்க, உடம்பெல்லாம் காதாக்கிக் கொண்டு காத்திருந்தான் ரகு.

‘அடிக்கமாட்டார்’ என்பதுபோல் இடம் வலமாகத் தலையை ஆட்டி, பின் பெற்றவரைப் பார்த்தாள். அங்கே பார்வையில் என்ன படித்தாளோ ‘அடிப்பார்’ என்பதுபோல் மேலும் கீழுமாகவும் தலையை ஆட்டி வைத்தாள்.

ஜட்ஜ் புன்சிரிப்போடு கேட்டார். “புருஷனைப் பத்தி பொய் இப்படி சொல்லலாமா, சொல்லக்கூடாது?

உம் மாமியார்க்காரி அடிக்கடி திட்டுவளா?”

“ம்…”

“வாயைத் திறந்து நன்னா பேசணும். மாமியார் என்னன்னு சொல்லி உன்னைத் திட்டுவா?”

“ஏதாவது சொல்லிக்கிட்டே இருப்பாங்க. சீர்வரிசை சரியாகச் செய்யல்லே. அப்பாவுக்கு சம்பந்தி மரியாதையெல்லாம் தெரியாது அப்படின்னு சொல்வாங்க. அப்பாவை கிராக்குன்னும் திட்டுவாங்க.”

“உன்னை அடிப்பளா?”

“ஊ…ம்… ஊ ஹூம்…”

“இந்தக் காலத்திலே மாமியார் பெண்ணை அடிக்க முடியுமா என்ன? ஏன் மீரா, புருஷனோட இருக்க நோக்குப் பிடிக்கலையா? அவனுக்கு என்ன குறைச்சல்? மகாராஜா மாரின்னா இருக்கன். எம்.ஏ. படிச்ச பிள்ளையாண்டான்… உம்மேல உசிரையே உச்சிண்ருக்கான். சொல்லு உண்டா, இல்லையா?”

“உம்”

“அப்படின்னா அவனோட இருக்க நோக்குச் சம்மதம்தானே?”

“உம்.”

“சம்மதம்ன்னா சம்மதம் அப்படின்னுட்டு வாயைத் தொறந்து சொல்லணும்.”

“சம்மதம். ஆனா, அவங்க தனிக்குடித்தனம் வைக்க மாட்டேங்கிறாங்களே?”

மாமனார் குறுக்கிட்டார். “பெத்தவனை கிராக்குன்னா பெண்ணுக்குப் பொறுக்குமா? பெண்ணுக்கு அம்பது பவுன் போடுறேன்னு, அறுபதா போட்டேன். சாந்தி முகூர்த்தத்துக்கு ஆயிரம் ரூபா தர்றதா சொல்லிட்டு, மூவாயிரம் செஞ்சேன், அப்படிச் செய்றவன் கிராக்குதானே... ஒரே பேச்சு ஐயா. தனிக்குடித்தனம் வைக்கிறதா இருந்தா மீராவை நான் அனுப்புறேன். மாப்பிள்ளைக்கு அவங்க அப்பா சொத்திலே பாகம் எதுவும் கிடைக்காவிட்டால்கூட பரவாயில்லே.”

மாமனார் ஒரு பவுண்ட் மார்பின் இரைச்சியைப் பிடிவாதமாய்க் கேட்பது போல சூதாகக் கேட்டார். ரகுவினால் அதைப் பொறுக்க முடியவில்லை. அவனுக்கு அவருடைய குடுமியைப் போல், அவர் குரலும் அவர் பேசுகிற விதமும் பிடிக்கவில்லை. அவன் சட்டென எழுந்து “தனிக்குடித்தனத்தில் எனக்குச் சம்மதமில்லே, யுவர் ஆனர்” என்று வெறுப்புடன் கூறிவிட்டு அமர்ந்தான்.

விவகாரம் தீராது என்று எண்ணி சப் ஜட்ஜ் சாரதி போர்ஷியாவின் அவதாரம் போல், மிகச் சாதுரியமாக நிலைமையைச் சமாளித்தார். அம்மா, அப்பாவுக்கு, ரகுவுக்கு புத்தி கூறினார்; சட்டப்படியும் சாத்திரப்படியும், ஜீவனாம்சம்கூடக் கிடைக்காது என்று மாமனாரைப் பயமுறுத்தினார். இரண்டொரு குழந்தைகளானால் தானாக தனிக் குடித்தனம் ஏற்பட்டுவிடும் என்று ஆசையும் காட்டினார். வாழாவெட்டியாக இருக்கிற பெண்ணுக்கு இகத்திலும் பரத்திலும் சுகமில்லை என்று மீராவுக்கு இதமாய்க் கூறினார்.

“கிருஷ்ணய்யர், உமக்கு ஒரு வாரம் தவணை கொடுக்குறேன். அதுக்குள்ளே நல்ல நாளா பார்த்து, பொண்ணைக் கொண்டு போய் விட்ரும் ஓய்!”

அது யோசனை அல்ல. கோர்ட் தீர்ப்பு என்று எல்லாருக்கும் தெரியும். மாமியாரின் முகம்கூட கொஞ்சம் தெளிவு பெற்றதை ரகு கவனித்தான். நாலு வருட காலம் இழுத்துப் பறித்து நீண்டுகொண்டிருந்த விவகாரம் தீர்ந்த திருப்தியுடன் யாரும் வாய் திறக்காமல் எல்லாரும் வெளியில் வந்தார்கள்.

கோர்ட் வாசலுக்கு வந்தபோது வக்கீல்களும் வக்கீல் குமாஸ்தாக்களும் மற்றவர்களுமாக அங்கே ஒரு கூட்டம் இருந்தது. மாமனார் பேசாமல் போயிருக்கவேண்டும். ஆனால், போகவில்லை. அவர் சுழி அவரைச் சும்மா இருக்க விடுமா?

“காய், வெஸிந்ஃஹின் ஃஹா! ஜென்சிதியாஸ் மெனி அவ்டன் கே?” (என்ன, சம்பந்தி ஐயா. ஜெயிச்சிட்டதாக நினைப்போ?) என்றார். மீராவுக்குப் பக்கத்தில் நான் நின்றுகொண்டிருக்க, அப்பா நிதானமாக வேதனைக் குரலில், “உங்களை ஜெயிச்சதாவோ, இல்ல உங்ககிட்ட தோற்கிறதாவோ எப்படி நான் நினைக்க முடியும்?” என்றார்.

மேற்கொண்டு உரையாடல் சௌராஷ்டிரா மொழியிலேயே இருந்தால் வேறு யாருக்கும் புரிந்திராது. மாமனார் தமிழுக்குத் தாவினார். “என்னமோ பெரிசா வக்கீல் நோட்டீஸ் கொடுக்கிறீர்; கோர்ட்டுக்கு இழுக்கிறீர்; இதெல்லாம் பணத்திமிர் தானேய்யா? இருக்கக்கூடாதவன் கையிலே எல்லாம் காசு சேர்ந்தா இப்படித்தான் நடக்கும். பணம் சேர்ந்தது ஒரு பக்கம். இன்னொரு பக்கம் தறிக்காரன் புத்தின்னு ஒண்ணு இருக்கே, அது அவ்ளோ சுளுவா போயிடுமா? இப்போ என்ன ஆயிட்டுதுங்குறேன்? இந்த ஜட்ஜ் சொன்னா, ஹே... நான் பயந்துடுவேனா?” என்று சீறியவர் “மீரா, தூ ஆய் வா!” (மீரா, நீ வாடீ...) என்று என் பக்கத்தில் நின்ற அவள் கையைப் பிடித்து வேகமாக இழுத்துக் கொண்டு போனார்.

ரகுவுக்கு காதருகில் வெடி வெடித்தாற் போலிருந்தது. அப்போதும் இந்த மீரா, ‘நான் இவரோடுதான் இருப்பேன்’ என்று கூறி அவருடைய கையை உதறி இருந்தால், ஓடிவந்து ரகுவின் கையைப் பற்றிக்கொண்டிருந்தால் ரகு ஆண்பிள்ளை ஆகி இருப்பான். ஆனால் மீராவோ தலைகுனிந்தபடி பெற்றவர்களையே பின்பற்றிப் போனாள்.

மீ காய் கெரூ? | 63

3.

அப்பாவும் மாமனாரும் சாப்பிட்டு கை கழுவுவதைக் கண்ட ரகு, தட்டிலிருந்த பஜ்ஜியை வாயில் திணித்துக் கொண்டு எழுந்தான். கை கழுவிக்கொண்டு உட்காரும்போது மனதில் தானாக ஓர் அமைதி தோன்றியது. உண்மையில் மனம் என்பது மனிதன். உடல் என்பது மனத்தில் நிகழும் நிகழ்ச்சிகளை மறைப்பதற்காக ஏற்பட்ட போர்வை என்று அவனுக்குத் தோன்றியது. கோபம் என்ற அலை எகிறிவரும்போது பின்னாலேயே ஆறுதல் என்ற பேரலை வந்து அதைத் தன்வயப்படுத்திக் கொள்கிறதே... ஐந்து நாட்களுக்கு முன், கோர்ட் வாசலில் மீராவைக் கைப்பற்றிக் கொண்டு, போர் முழக்கம் செய்த அதே மாமனார்தான், இன்று அவளை இங்கு அழைத்துக்கொண்டு வந்து, சரணாகதி அடைந்திருக்கிறார். கோர்ட் வாசலிலேயே என்னால் எதிர்க்க முடியவில்லை, இப்போதோ எதிர்ப்பதற்கான காரணமே இல்லை. காபி சாப்பிட்டு முடிக்கும்போது அவன் மனம் மிக அடங்கிவிட்டது. மாமனார் இப்போது அவனைக் கிள்ளினாலும், குட்டினாலும் அது துள்ளாது. எல்லாமே ஒரு விளையாட்டுதானே என்றவாறு இப்போது தத்துவம் பேசும்.

“துமி நாபான் தவ்லீ ஹொானோ” (நீங்க வெத்திலை போட்டாகணும்) என்று அப்பா வலுவாக சம்பந்தியை உபசாரம் செய்து கொண்டிருந்தார்.

“இல்லிங்க. உண்மைல நான் வெத்திலை போட்றதே இல்லே.”

“ஒரு தடவை போட்டுத்தான் பாருங்களேன். என்ன ஆயிடும்? ஏலக்காய், கிராம்பு எல்லாம் இருக்கு. புகையிலை போட

வேண்டாம்." போகிறபோக்கில் அப்பா வெற்றிலை பீடா செய்து சம்பந்திக்குக் கொடுத்து விடுவார் போலிருந்தது.

"எதுக்குங்க புதுப் பழக்கமெல்லாம்? வேண்டாம்" என்று மாமனாரும் பிடிவாதமாக மறுத்தார்.

"உங்களுக்கு வயித்திலே புண் இருக்கும் போலிருக்கு. வாயிலேருந்து ஒரு வாடை அடிக்குது. வெற்றிலை போட்டா அது தெரியாமே இருக்குமேன்னு சொன்னேன்."

பக்கத்தில் உட்கார்ந்துகொண்டு வாய்நாற்றத்தால் அவனை அவர் மூச்சுவிடாமல் திணற அடிக்கும்போதே, "மாமனார் சார். கொஞ்சம் தள்ளி உட்காருங்க" என்று அவனால் சொல்ல முடியாததை அவன் அப்பா எவ்வளவு நாசூக்காய் சாதித்துவிட்டார்.

அவர்தான் ஏற்கனவே கீழே விழுந்துகிடக்கிறாரே, அவரை அப்பா ஏன் மறுபடி மறுபடி இப்படிக் குத்துகிறார் என்று ரகுவுக்கு வருத்தமாக இருந்தது. ஆனாலும் அதைக் காண திருப்தியாகவும் இருந்தது. தான் பரிகசிக்கப்படுவதை மாமனார் புரிந்துகொண்டதாய் வெளிக்காட்டிக் கொள்ளவில்லை.

"ஓ... அதுக்குச் சொல்றீங்களா?" என்றவர் ஒரு கிராம்பையும் ஏலக்காயிலிருந்து சில மணிகளையும் எடுத்து வாயில் போட்டுக் கொண்டார்.

"நீங்க சொல்றது சரிதான். எனக்கு வயித்திலே அல்சர் இருக்குன்னு டாக்டரே சொல்லியிருக்கார். ஆபரேஷன் செஞ்சுக்கப் போறேன்."

"அல்சர்னா மனுஷனோட குணமே மாறிடும். அதை வச்சுக்கக் கூடாதுங்க" என்றார் அப்பா கவலையுடன்.

"அது இருக்கட்டும். நாம என்ன பேசிக்கிட்டு இருந்தோம். ஆங்... மாப்பிள்ளை ஜாதகம் பத்தி சொல்லிக்கிட்டிருந்தேன். மாப்பிள்ளைக்கு ரோகிணி நட்சத்திரம், ரிஷப ராசி. ரிஷப ராசிக்காரங்களுக்கு பொதுவா குரு திசை ஆகாது. கிரகங்களும் வக்கிரமா இருக்கு. அதனால, மாப்பிள்ளையும் பெண்ணும் சேர்ந்திருந்தா, மாப்பிள்ளைக்கு ஆகாது, பெரிய கண்டம்னு ஜோசியர் சொன்னார்."

“என்னங்க நீங்க... கலியாணத்துக்கு முந்தி பார்க்கவேண்டிய விஷயங்களை எல்லாம் கலியாணத்துக்குப் பின்னாடி பார்த்ததா சொல்றீங்க.”

“முன்னாடியும் பார்த்தமே...”

“அப்போ அந்த ஜோசியர் இதையெல்லாம் உங்களுக்குச் சொல்லலையா? என்ன பேசுறீங்க நீங்க? நாங்களும்தான் ஜோசியம் பார்த்தோம். வீட்டுக்கு வந்த பெண்ணை வாழாவெட்டியாக வைச்சுக்கும்படியாவா ஜோசியம் சொல்லும்?” என்றார் அப்பா.

மாமனார் மிருதுவாகவே பேசினார். சம்பந்தி எப்படிக் குட்டினாலும் சந்தோஷமாக ஏற்பது என்று குடுமியைத் தட்டி முடிந்துகொண்டு வந்துவிட்டார் போலிருந்தது; “என்னைப் பத்தி ஒரேயடியா தப்பாகவே நினைச்சுப் பேசறீங்க. இந்த நாலு வருஷத்திலே மாப்பிள்ளை பேருக்கு எத்தனை அர்ச்சனை, அபிஷேகம், ஆயுஷ் ஹோமம் எல்லாம் செஞ்சிருக்கேன் தெரியுமா? அதுக்கு மட்டுமே ரெண்டாயிரத்துக்கு மேலே செலவு ஆயிருக்கு.”

“மாப்பிள்ளைக்கு மட்டுமா பண்ணுனீங்க, எங்க எல்லாருக்குமே சேர்த்து இல்ல நிறைய அர்ச்சனையும் அபிஷேகமும் செஞ்சிகிட்டு இருந்தீங்க...” என்றார் அப்பா வாய்க்குள் சிரித்தபடி.

“கிரக தோஷம்னா நேரிலேயே பேசி ஆக வேண்டியதைச் செஞ்சிருக்கலாம்; அதுக்காக நீங்க இப்படி ஊரெல்லாம் கேவலப்படுத்தியிருக்க வேண்டாம். சந்தோஷமா வாழ வேண்டியவங்கள இப்படிப் பிரிச்சு வச்சு துன்புறுத்தியும் இருக்க வேணாம்.”

“சம்பந்தி, நீங்க சொல்றது வாஸ்தவம்தான். கிரஹ தோஷம் யாரை விட்டுது சொல்லுங்க. எம் புத்தியையும் அது கெடுத்துட்டுது. ஊர்ப் பேச்சுக்கும் இடம்கொடுக்கும்படியா என் கிராக்குப் போக்கும் அமைந்துவிட்டது என்று வைத்துக்கொள்ளுங்களேன்” என்று விநயமாக மாமனார் ஒப்புக்கொண்டதைக் கேட்க, ரகுவுக்கு மிக வியப்பாக இருந்தது. கிராக்கு என்று ஏசப்பட்டதால் அவருடைய ஆத்திரம் இப்படி லேசான கிண்டலாக வெளிப்படுகிறதோ என்று

சந்தேகமாகவும் இருந்தது. தறிக்காரர் என்று பழிக்கப்பட்டதை அப்பா மறக்காததுபோல், கிராக்கு என்று பழிக்கப்பட்டதை இவரும் மறவாமல் கிண்டல் செய்கிறரோ என்றும் அவனுக்குத் தோன்றியது. ஆனால், அவர் நயமாகவே தொடர்ந்தார்.

“நாம ஊர்ப் பேச்சுக்கு இடம் கொடுத்துட்டோம். அந்தப் பேச்சை மாத்தணும். எங்க பெண்ணு உங்க வீட்டிலே இருக்கா. மாப்பிள்ளை எங்க வீட்டுப் பிள்ளை. உங்களுக்கு ஒரு லாப நஷ்டம்னா எங்களுக்கும் அது இருக்கு. நீங்க உயர்ந்தா எங்களுக்குப் பெருமை, நாங்க உயர்ந்தா அது உங்களுக்குப் பெருமை.”

பெண் கொடுத்தவர் பேசுகிற பாஷையை மாமனார் பேசத் தொடங்கிவிட்டார். இனி எல்லாமே சுமுகமாக நிகழும் என்று நிம்மதி பெற்றுவிட்ட ரகு, மனத்தால் உள்ளே சென்று எட்டிப்பார்த்தான். மீரா அவனைக் கண்டதும், தனிமை அளித்த துணிவால், அப்படியே தாவி அணைத்துக் கொண்டாள்.

“எங்க பிள்ளைக்கு உங்க பெண் என்று முடிவான காலத்திலேயே நான் அதைச் சொன்னனே” என்றார் அப்பா.

“நீங்க சொன்னீங்க, எனக்கு ஞாபகமிருக்கு. கிரக தோஷம், என் புத்தியைக் கெடுத்துட்டுது... விடுங்க. வேடிக்கையா இருக்க வேண்டிய சிறிசுகளைப் பிரிச்சுட்டேன். மாப்பிள்ளை, நீங்களும் மனசிலே ஒண்ணும் வைச்சுக்கக்கூடாது. நீங்க என் பிள்ளை போல. அதனால உங்ககிட்டே நான் மன்னிப்பு கேட்கக் கூடாதுன்னு பாக்குறேன்.”

ரகு பதில் சொல்ல வேண்டும் என்பதற்காக அவர் நிறுத்தினார். அவர் ஆயுதங்களை மட்டும் கீழே போடவில்லை. அன்பையும் வேண்டுபவர் போல் பேசினார். இந்த சரணாகதிப் படலம் அவனுக்குப் புதிய அனுபவம்; எதிர்பாராததும் கூட. மாமனார் பெண்ணை இப்படி அழைத்துக்கொண்டு வந்துவிடுவார் என்று இங்கு யாரும் நினைக்கவில்லை. அப்படியே அனுப்பினாலும், தம் மனைவியையோ அல்லது வேறு உறவுக்காரப் பெண்களையோ மீராவோடு அனுப்பிவிட்டு ஒதுங்கிவிடுவார் என்றுதான் நினைத்தார்கள். மாமனார் இந்த வீட்டு வாயிலை மிதித்து உள்ளே வருவார் என்றே யாரும் எண்ணியிருக்கவில்லை. ஆனால்,

எதிர்பார்த்ததற்கு எதிர்ப்பதமாக அல்லவா ஆரம்பத்திலிருந்தே எல்லாம் நடந்துகொண்டிருக்கிறது.

ரகுவுக்கு அதற்கு என்ன சொல்வதென பதிலே தோன்றவில்லை. அப்பாதான் கை கொடுத்தார்.

"அட அவன்கிட்ட நீங்க மன்னிப்பு கேட்கிறதாவது? அதெல்லாம் வேண்டாம். நடந்தது நடந்துட்டுது. எல்லாத்தையும் மறந்துவிட்டு இனி நடக்கவேண்டியதைக் கவனிப்போம்."

"நீங்க இப்படிச் சொல்வீங்கன்னு எனக்குத் தெரியும். பெண்ணும் மாப்பிள்ளையும் எப்பவும் போல எங்க வீட்டுக்கு வந்து போகணும்" என்று அவர் சொன்னதும் ரகுவுக்கு சொரேர் என்று சுட்டது.

சௌராஷ்டிரர்கள் பெரும்பாலும் உள்ளூரிலேயே சம்பந்தம் செய்துகொள்வது வழக்கம். மணமாகி, இரண்டொரு குழந்தைகள் ஆகும்வரை, பெண் வீட்டுக்கு விலக்கு ஆனாலும் தாய் வீட்டார் அழைத்துச் சென்று, ஸ்நானமான பிறகு கொண்டுவந்து விடுவார்கள். விசேஷ தினங்களில் பெண்ணையும், மாப்பிளையையும் விருந்துக்கு வரச்சொல்லி அழைத்துப் போவார்கள். இந்த சௌஜன்யத்தைத்தான் மாமனார் வேண்டினார். இந்த சௌஜன்யம் மறுபடியும் ஏற்பட்டாக வேண்டும் என்பதை ரகு இதுவரை கற்பனைகூடச் செய்யவில்லை. மாமனார் கூறியதைக் கேட்டதும் அவனுக்கு எரிச்சலாக வந்தது. மாமனார் வீட்டுக்குப் போக வேண்டும் என்ற எண்ணத்தையே அவனால் சகிக்க முடியவில்லை; மீராவைப் பிறந்த வீட்டுக்கு அனுப்புவது, அபாயத்தை வரவேற்கும் விஷயமாகவே அவனுக்குத் தோன்றியது; இப்படி சகஜ முறையில் அழைத்துச் சென்றுதான், மீராவை அவர் சிறைப்படுத்தினார். நாலு வருஷம் பிரித்து வைத்தவர் மறுபடியும் குயுக்தியாக அப்படி எதுவும் செய்ய மாட்டார் என்று யாரால் உத்திரவாதம் தர முடியும்? அப்பா என்ன கூறப் போகிறாரோ என்று ரகு கவலையோடு கவனித்தான்.

"பெண்ணை இத்தனை காலமா உங்க வீட்டோட வைச்சிருந்தீங்க. கொஞ்சகாலம் எங்களோடு இருக்கட்டும். அப்புறம் நீங்க

பிரியப்பட்டு கூப்பிட்றப்போ ரெண்டு பேரையும் அனுப்பி வைக்கிறேன்.”

ரகுவுக்கு அப்பா மீது கோபமாக வந்தது. இவர் ஏன் இளக வேண்டும்? ஒரு வருஷமாவது பெண் இங்கேயே இருக்கவேண்டும் என்று ஏன் கண்டித்துக் கூறக்கூடாது? பெற்றவர், அவனுடைய நலத்தை நாடுகிறவர் என்றாலும் அவனைக் கலந்துகொள்ளாமலே, அவர் ஒப்புக் கொண்டதால் அவனுக்கு ஆத்திரமாக இருந்தது. நான் அடங்கிப் போகிற பிள்ளை. அப்பாவும் மாமனாரும் பேசும்போது, பிள்ளை குறுக்கிடக்கூடாது என்பது சம்பிரதாயம், அதற்கு நான் கட்டுப்படுவதால்தான் துன்பங்கள் எல்லாம் வந்தன, இனியும் வரப்போகின்றன. அப்பா அதற்குத்தான் அந்தத் துன்பத்திற்குத்தான் இப்போது வித்திடுகிறார்.

மாமனார் இத்தோடு விடைபெற்றுக்கொள்ள வேண்டும். அவர் வந்த காரியம் ஆகிவிட்டது. ஆனால், அவர் எழுந்திருக்கிறவராகவே தெரியவில்லை. ஒரு வேளை இரவுச் சாப்பாட்டை முடித்துக் கொண்டுதான் புறப்படுவார் போலிருந்தது. போட்டாபோட்டி போட்டு, கட்டாமுட்டா குஸ்தியில் மாமனார் கீழே விழுந்துவிட்டார். பத்துவரை அல்ல நூறுவரை எண்ணினாலும் இனி அவர் எழுந்திருக்கப்போவதில்லை என்பது நிச்சயம். இப்போதைக்கு ஓர் அமைதி நிலவுகிறது. இந்த அமைதியில் கல்லை எறிந்து ஏன் குழப்ப வேண்டும்? பெரியவர்கள் பேசுவதைத் தடுக்க அவனால் முடியாது. சுயேச்சையாக உள்ளே சென்று மீராவை அணுகவும் முடியாது. அங்கும் பெரியவர்கள் இருக்கிறார்கள்.

ஆகையால் அவன் மனத்தாலேயே உள்ளே செல்ல வேண்டியிருந்தது. செல்லுகையில் அவனுக்கு சுவாரஸ்யமானதொரு விஷயம் ஞாபகம் வந்தது. சாந்தி முகூர்த்தத்தன்று அவள் ‘ட’ போல் வளைந்து உறங்கிவிட, அவன் ‘ஆ’வென்று காத்திருந்து ஏமாற்றமுற்றதுபோல் இரண்டாவது நாளும் அவன் ஏமாற விரும்பவில்லை. இரண்டாவது நாள் மாலையில் மீரா அலங்கார பூஷிதையாகவும், பெற்றவளோடு மற்றுமிரு மாதர் மெய்க்காவலாகவும் சீர்வரிசை ஏந்தியும் செல்ல கடைப்

பகுதியை அவர்கள் கடந்து செல்லும்போதே, இன்று இவளைக் கொள்ளையடிப்பேன் என்று ரகு உறுதி செய்து கொண்டான்.

முதல் நாளைப் போல் இரண்டாவது நாள் பெண்கள் கூட்டமோ, புரோகிதச் சடங்குகளோ இல்லை. இருவரும் தனிமை பெற்றதுமே, முதல்முறையாக வன்முறையாக அவளை இறுக அணைத்துக்கொண்டு, அவள் வாயைத் திறக்கவும் வாய்ப்பு தராமல் இடையீடின்றி இதழ்கூட்டினான். அவன் சற்று ஓய்ந்ததும், கட்டிலில் உட்கார்ந்து இரைப்போடு அவள் சொன்னாள்.

“துமி ஜுக்கு அவ்ஸர் பொட்டராஸ். இஸ ஃகோ கொஞ்சடெத் ஸெனம் பில்லோ உஜுலய். பில்லோ ஜெனஸ்த கஷ்டம் மெனா, ஹொாவ் டஸ்தேகீ கஷ்டம். அத்த அங்கோ பில்லோ நொக்கோ.” *(நீங்க ரொம்ப அவசரப்பட்றீங்க. இப்படி சும்மா முத்தமிட்டா சீக்கிரம் குழந்தை பிறந்துவிடும். குழந்தை பெறுவது கஷ்டம்ங்கிறாங்க. வளக்கறதும் கஷ்டம். இப்போ நமக்குக் குழந்தை வேண்டாம்.)*

அவள் ஹாஸ்யமாகப் பேசுவதாய்த்தான் அவன் கேட்டான். “கொஞ்சடெத் பில்லோ உஜுலய்கா?” *(முத்தமிட்டா குழந்தை பிறந்துடுமா?)*

“மெனி காய்?” *(பின்னே என்ன?)* என்றாள் அவள், சிணுங்கியவள் போல்; “விருந்து சாப்பிட வீட்டுக்கு வந்தப்போ இப்பிடித்தான் செஞ்சீங்க. சாந்தி முகூர்த்தம் ஆகிறதுக்கு முன்னாடி நான் குளிக்காமே இருந்துடப் போறனோன்னு எப்படி நான் பயந்துக்கிட்டிருந்தேன் தெரியுமா? நான் சொல்றதைக் கேளுங்க. இனிமே இந்த அசிங்கமான காரியத்தை மூணு நாளுக்கு ஒருமுறைதான் செய்யணும்.”

ரகுவுக்கு அவள் பேசுவது புரியவில்லை. அவள் ‘ஜோக்’ அடிப்பதாகவும் தெரியவில்லை. ஆற அமர ஒட்டி உட்கார்ந்து பேசிய பிறகுதான், அவனுக்கு விளங்கியது. முத்தமிடுவதால்தான் குழந்தை தோன்றுகிறது என்று மீரா உறுதியாக நம்பிக் கொண்டிருந்தாள். சினிமாக்களைப் பார்த்ததால்தான் இந்த அளவு ‘செக்ஸ்’ ஞானமாவது அவளுக்குக் கிடைத்திருந்தது. நல்ல வேளை, சில மீன் இனங்கள் பார்வையாலேயே தம்

இன வேட்கையைத் தீர்த்துக்கொண்டு கருத்தரிக்குமாமே, அதைக் கேள்விப் பட்டிருந்தால், 'நாம் ஒருவரை ஒருவர் பார்த்துக் கொள்வதே அசிங்கம். குழந்தை பிறந்துவிடும்' என்று சொல்லாமல் இருந்தாளே புண்ணியவதி!

மீரா இவ்வளவு தெரியாதவளா என்று அவனுக்கு ஆச்சரியமாக இருந்தது. இவ்வளவு தெரியாதவளாக இருக்கிறாளே என்று கர்வமாகவும் இருந்தது. இந்தப் பூவாத பூங்கமலத்தை, புரையா மணிவிளக்கை, மோவாத முத்தாரத்தைத் தன் உடைமையாகப் பெற்றது எண்ணி அவன் திருப்தியில் பூரித்தான். அப்பால் அவளுக்கு உண்மையை விளக்குவதற்காக அவன் பட்ட பாட்டை எண்ணியபோது அவனுடைய உடலே சிலிர்ப்பில் பூத்ததாய் ஆனது. மீரா இப்போதும் அறியாக் குழந்தைதான் என்று அவன் பெருமூச்சோடு நினைத்தான்.

அப்பா நிதானமாய்ச் சொல்லிக் கொண்டிருந்தார். "உறவுக்காரங்களோட பண விவகாரம் வைச்சுக்கிறது ரொம்பத் தப்பு. அது என்றைக்கும் விரோதத்திலேதான் முடியும். வேண்டாம்."

அந்தப்புரத்துக்கு ரகுவின் கவனம் சென்றிருந்ததால், மாமனாரும் அப்பாவும் உரையாடியதை அவன் சிறிது அலட்சியப்படுத்திவிட்டான். பணவிவகாரம் இப்போ எங்கே வந்தது?

மாமனார் பணிவமைந்த குரலில் பேசினார். "நீங்க அப்படிச் சொல்லக்கூடாது. ஒருத்தரை ஒருத்தர் புரிஞ்சுக்கிட்டு தொழில் செஞ்சா, எப்படி விரோதம் வரும்? மத்தவங்களைவிட நல்ல சரக்கைத் தர்றேன். மத்தவங்களைவிட குறைச்சலா விலை போட்றேன். முதலிலே கொஞ்சமா வாங்கிக்குங்கோ; நான் ஒழுங்கா நடந்துக்கிட்டா உங்க தேவை பூராவுக்கும் என் கிட்டேயே வாங்கிக்குங்கோ. பட்டு மாத்திரமில்லே உங்களுக்கு பணம் தேவைப்பட்டாலும் கொடுக்கிறேன். மத்தவங்களை விட குறைச்சலா வட்டி போட்றேன்."

ரகுவுக்குத் திகைப்பாக இருந்தது. இறந்த காலத்து நிமிஷங்களை அவன் நிகழ்காலம் ஆக்கிக்கொள்ள விழையும்போது இந்த மாமனார்க்காரர், தன் எதிர்க்காலத்துக்கு ஒரு வகையில்

வத்தி வைக்க முயல்வதாய் அவனுக்குத் தோன்றியது. இந்த மாமனார்க்காரர் பெண்ணைக் கொடுத்து ஒரு பெரிய கலகம் மூட்டினார். இப்போது பணத்தைக் கொடுத்து மற்றொரு கலகத்துக்கு அஸ்திவாரம் போடுவதாய் அவனுக்கு பயமாய் இருந்தது.

கச்சாப்பட்டு வியாபாரிகள் பட்டு ஜவுளி உற்பத்தியாளர்களுக்கு, பெரும்பாலும் கடனாகத்தான் சரக்கு சப்ளை செய்வார்கள். உற்பத்தியாளர்களுக்குத் தேவைப்படும்போது பணமும் தருவார்கள். இது நம்பிக்கையின் பேரில் நடக்கிற தொழில். அப்பாவுக்கும் மாமனாருக்கும் இடையில் நம்பிக்கை இருக்குமா என்பது ஒருபுறம் இருக்கட்டும். மாமனார் பெண்ணைக் கொண்டு வந்துவிட்ட கையோடு கடன் தர வருவதன் மர்மம் என்ன?

அப்பா என்ன சொல்லப் போகிறாரோ என்று அவருடைய முகத்தைப் பார்த்துக் கொண்டிருந்தான். அவரோ வெற்றிலைக்குச் சுண்ணாம்பு தடவி, அலட்சுமியான நுனியையும் காம்பையும் கிள்ளி மேஜை மேலிருந்த 'ஆஷ் டிரே'யில் போட்டுவிட்டு, மடித்து மெதுவாக வாயில் இட்டுக் கொண்டார். அவருக்கு எதுவும் சுத்தமாக இருக்கவேண்டும். நாளுக்கு ஒரு கவுளிக்கு மேல் வெற்றிலைபோடுகிறவர். கண்ட இடத்தில் வெற்றிலைக் காம்பும் நரம்பும் எறிந்தால் வீடெல்லாம் குப்பை ஆகும் என்று சாம்பல் கிண்ணியில் அவற்றைப் போட்டு வைப்பது அவர் பழக்கம்.

அப்பாவின் குணம் ரகுவுக்குத் தெரியும். கடன் வாங்குவதற்கு அஞ்சமாட்டார். பணத்தை லாபகரமாக முதலீடு செய்யத் தெரிந்தவர். ஆனால், வாங்கிய கடனைத் திருப்பித் தர அவருக்கு மனசே வராது. 'இன்னொரு தடவை புரட்டிக்கிட்டு தரலாமே' என்று தயங்காமல் சால்ஜாப்பு சொல்வார். கடன் கொடுத்தவர்களும் நல்ல கிராக்கி என்று அதட்டிக் கேட்கமாட்டார்கள். மாமனாரோ வியாபாரத்தில் கறார் பேர்வழி. பத்தாம் தேதி என்றால் பத்தாம் தேதி பணம் வந்துவிட வேண்டும். பதினோராம் தேதி பணத்தோடு வந்தாலும் கிராக்கிகளிடம் கடாபுடா என்று கத்துவதை ரகு நேரில் பார்த்திருக்கிறான். கோர்ட்டுக்குப் போன சம்பந்திப் பகையின்

வீரியமே இன்னும் தணியவில்லை, அதற்குள் தொழிலுறவு பற்றின பேச்சு நல்லதுக்கா நடக்கிறது?

"நான் வேண்டாம் என்றாலும் விடாமே என் தலையிலே சரக்கும் பணமும் கட்டி, என்னை உங்க கடன்காரன் ஆக்கப் பார்க்கிறீங்க. கடன் வாங்கிட்டா நான் கட்டுப்படுவேன், உங்களுக்குப் பயப்படுவேன்னு நினைக்கிறீங்க இல்லியா?"

மாமனார் கெஞ்சும் குரலில் பேசினார். "நீங்க அப்படி நினைக்கக்கூடாது. நான் அப்படி நினைக்கல்லே. நீங்க எதுக்காக யாருக்காகப் பயப்படணும்? உங்களாலே நான் ஆதாயப்படணும், என்னாலே நீங்க ஆதாயப்படணும். இது பரஸ்பரம். நாலு நாளைக்கு முந்தி முராரி கிருஷ்ணய்யரிடம் இருபதாயிரம் கேட்டீங்களாமே? ஒரு வாரத்திலே தர்றதா சொன்னாராம், கேள்விப்பட்டேன். அந்தப் பணத்தை நீங்க என்கிட்டே வாங்கிக்கக் கூடாதா? ஏன் அந்த வட்டியை நான் சாப்பிடக்கூடாதா?"

முராரியிடம் பணம் கேட்டிருப்பது அப்பாவுக்கும் ரகுவுக்கும் மட்டும்தான் தெரியும். முராரி வீட்டுக் குமாஸ்தா யாராவது இவருக்குத் தகவல் தந்திருக்க வேண்டும் என்று எண்ணினான் ரகு.

"எல்லாம் விசாரிச்சுக்கிட்டுத்தான் வந்திருக்கீங்க. முராரி கிருஷ்ணய்யர் அண்ட் ஸன்ஸ் ரொம்பக் கெட்டியான இடம். அங்கே நடக்கிறதை யாரும் தெரிஞ்சிக்க முடியாதுன்னு நம்பிக்கொண்டிருந்தேன்" என்று அப்பா சிரித்தார்.

"தெரிஞ்சிக்க முடியாததைத் தெரிஞ்சிக்கிறதுதானே வியாபாரத்திலே சாமர்த்தியம்?" என்று தந்திரமாய்ப் பேசினார் மாமனார்.

"அவங்க கொஞ்ச காலமா உங்களுக்குத் திருப்தியா சரக்கு சப்ளை செய்யல்லேங்கிறதும் எனக்குத் தெரியும். முன்னைப்போல நீங்க அவங்ககிட்டே சரக்கு வாங்கல்லேங்கிறதும் கேள்விப்பட்டேன்."

அப்பாவோடு ரகுவுக்கும் யோசனை ஆகிவிட்டது. யாரோடும் நெருங்கிப் பழகாமல், பைத்தியம் போலத் தோற்றம் தருகிற இந்த மனிதரால், இத்தனை ரகசியங்களை எப்படிச் சேகரிக்க

முடிகிறது என்று இருவருக்குமே வியப்பாக இருந்தது. முராரி கடையில் மட்டும் அல்ல, தங்கள் கடையிலும் ஒழுக்கு இருக்கிறது என்பதை சம்பந்தி வாயால் கேட்டதால் இருவருக்கும் வருத்தமாகவும் இருந்தது

"உங்களுக்கு எல்லாம் தெரிஞ்சிருக்கு. எங்களை எவ்வளவு ரூபாய்க்கு நம்புவீங்க?" என்று அப்பா கேட்டபோது ரகு சினமுற்றான்.

"இதென்ன கேள்விங்க? நீங்க வேண்டியதைக் கேளுங்க. என்னாலே முடிஞ்சதை நான் கொடுக்கிறேன். அவ்வளவு தானே..."

"இப்படி இரண்டும்கெட்டானாய்ப் பேசினா, எனக்குப் பிடிக்காது. உங்களால எவ்ளோ முடியும்னு சொல்லுங்க. எங்களுக்கு வேண்டியதைக் கேக்கிறோம்."

மாமனார் யோசிப்பது போல் பாசாங்கு செய்தார். அப்பாவுக்கு ஏன் இப்படி புத்தி கெட்டுப் போய்விட்டது என்று ரகுவுக்கு ஆத்திரமாக இருந்தது. கோர்ட் வாசலிலே ஏசினதைக் கூடவா அதற்குள் இவர் மறந்துவிட்டார்?

"ஒரு லட்சத்துக்கு சரக்கும் பணமுமா கொடுக்கிறேன். ஒரு வருஷத்துக்குப் பிறகு..."

"அதை அப்போ பேசிக்குவோம். இப்போ இது போதும். அப்புறம் பணம்னு கேட்கக்கூடாது. நான் சொல்கிற நேரத்தில வாங்கிக்கணும்."

"பணம் என்று உங்க வீட்டு வாசலை மிதிச்சு வந்து நான் கேட்கல்லே. சரிதானே? நீங்களும் நாங்களும் விரோதிங்கன்னு சொன்ன எல்லார் வாயிலேயும் மண்ணைப் போடணும். அதுதான் எனக்கு ஆசை."

அதற்கு மேல் ரகுவுக்குப் பொறுக்க முடியவில்லை. அப்பா எல்லாம் கண்காணிக்கிறார், வழி வகைகள் சொல்கிறார் என்பதைத் தவிர, அவன்தான் தொழிலை நடத்துகிறான். அவர் அவனிடம் ஒரு வார்த்தை கூடக் கேட்கவில்லை.

"அப்பா, எனக்கு இது பிடிக்கல்லே. உறவிலே பண லேவாதேவி வர்றது சரிப்படாது" என்றான் சற்று கோபமாக.

அப்பா வாய்திறக்கும் முன் மாமனார் இடையில் பாய்ந்தார். "மாப்பிள்ளை, நீங்களா இப்படிப் பேசுறீங்க? அப்பா மறுப்பாங்க, நீங்க அவருக்கு சமாதானம் சொல்வீங்கன்னு நான் நினைச்சேன். அப்பா சம்மதிக்கிறப்போ நீங்க இப்படித் தடுக்கலாமா?"

"உறவு வேறே, பண வரவு செலவு வேறே. ரெண்டும் ஒத்துவராது" என்றான் ரகு.

"ரகு, உன் மாமனார் நம்மை ஆழம் பார்க்கிறார்; பார்க்கட்டுமே... அவரால் முடியுதான்னு பாப்போம். நம்மாலே ஆதாயப்படுகிறேன் என்கிறார், படட்டுமே" என்று சொல்லி அப்பா மெல்லச் சிரித்தார்.

அப்பாவிடமிருந்து லாபம் சம்பாதிப்பது அவ்வளவு சுலபம் அல்ல என்று ரகுவுக்குத் தெரியும். அவரிடம் சரக்கு விற்க வருகிறவர்களின் இடுப்பை ஒடிக்கும் விலைக்குக் கேட்பார். இது ஊரறிந்த ரகசியம். மாமனாருக்கு மட்டும் தெரியாமல் இருக்குமா? கட்டாயம் இந்த வியாபார சம்பந்தம் புதிய விரோதத்தை மூட்டும். ஆனால், சுளுவாய்ப் பணம் கிடைக்கிறது என்றதும் அப்பா வாயைப் பிளக்கிறார்.

"இது சரியில்லே..." என்று மறுபடியும் ஆரம்பித்தான் ரகு.

"அட! நீ எதுவும் யோசிக்காத ரகு. சம்பந்தி ரொம்பப் பிரியமா சொல்றார். வேண்டாம்ன்னா அவருக்கு வருத்தமாயிருக்கும். நம்ம கண்டிஷனை மீறி நடந்தா நாம கணக்கை நேர் செஞ்சிடுவோம்... அவ்ளோதானே?" என்ற அப்பா, சம்பந்தியின் பக்கம் திரும்பினார்.

"கேட்டீங்களா சம்பந்தி? ரகுவுக்கும் இஷ்டம் இல்லே, நானே ஏகதேசமா முடிவு செய்றேன். நான் தொழில் ஆரம்பிச்ச காலத்திலிருந்து, முராரியோட பத்து வரவு. உங்க கிட்டே சரக்கு வாங்கினா, அவங்களுக்கும் வருத்தமாயிருக்கும். ஊரிலேயும் நாலுபேர் நாலு விதமா பேசுவாங்க. நம்ம சம்பந்திச் சண்டை கோர்ட்டுக்குப் போய் ஊர் நாறியிருக்கே. இவ்வளவும்

தெரிஞ்சுக்கிட்டு உங்ககிட்டே பத்து வரவு வைச்சுக்கிறதா சொல்றேன். நீங்க அதுக்குத் தக்கபடி நடந்துக்கணும். பெண் விஷயத்திலே செஞ்சாப்போல தகராறு செய்யக் கூடாது.”

“எல்லாத் தகராறும் தீர்ந்து போச்சு. நான் கரெக்டா நடந்துக்கிறேன். பாருங்க. நீங்க எனக்கு ஒரு ஒத்தாசை செய்யணும்.”

“என்னது?”

“ஒரு பில் பணத்தை ரெண்டு மாசத்திலே கிளியர் செஞ்சீங்கன்னா எனக்குப் பெரிய உபகாரமாக இருக்கும்.”

ரகுவுக்கு எரிச்சலாக வந்தது. வேண்டுகோள் போல் கண்டிஷன் போடுகிறார் மாமனார். ‘உங்க சரக்கும் வேண்டாம், பணமும் வேண்டாம். வெறும் சம்பந்திகளாக இருந்தால் போதும். போயிட்டு வாங்க’ என்று அப்பா சொல்லவேண்டும். ஆனால் அவர் சொல்லமாட்டார் என்று ரகுவுக்குத் தெரியும். எங்கிருந்து, எப்படி வருகிறது என்று அவருக்குக் கவலை இல்லை, எப்படியாவது பணம் வந்தால் சரி அவருக்கு.

“அப்படி எல்லாம் கண்டிஷனா நான் ஒப்புக்க முடியாது. மூணு மாசமும் ஆகும் நாலு மாசமும் ஆகும்...”

“அப்பறம் உங்க இஷ்டம். செய்யுங்க.”

“சரி, நாளைக்கு இருநூறு கிலோ ஊடைச் சரக்கு அனுப்புறீங்களா?”

“இருபதாயிரம் கேட்டீங்களே?”

“அப்பா... நமக்கு இப்போ பணம் வேண்டாமே”

“சம்பந்தி ஐயா பணத்தை வைச்சுக்கிட்டு என்ன செய்றதுன்னு தவிக்கிறார். அது நம்மகிட்டயும் கொஞ்சம் வந்து இருக்கட்டுமே...”

“நாளைக்கு நாள் சுகமில்லே. இன்னைக்கு நாள் ரொம்ப நல்லாயிருக்கு. உங்களுக்காக முன்னூறு கிலோ கோறா மூட்டையைக் கட்டி வைச்சுட்டுத்தான் வந்தேன்.”

“எங்களுக்கு இருநூறு போதுமே...”

“நூறு அதிகமாப் போனா என்னாங்க? சமுத்திரத்திலே கரையற இடம் தெரியாது. வீட்டுக்குப் போனதும் மூட்டையும் பணமும் அனுப்பறேன்.”

“செய்யுங்க”

இந்த பேரம் வெற்றிபெற்றதால் பெண்ணோடு சரணாகதி அடைந்த அவமானத்தை மறந்துவிட்டவர் போல் மாமனார் கலகலப்பாக இருந்தார். சங்கரன் மெதுவாக அறைக்குள் எட்டிப்பார்த்து, “அம்மா உங்களைக் கூப்பிட்றாங்க” என்றான் அப்பாவிடம்.

இரண்டாவது தாக்குதல் ஆரம்பம் ஆகிறது என்று எண்ணியபடி அப்பாவைப் பின்தொடர்ந்தான் ரகு. மாமனாரோடு அவன் தனித்திருக்க விரும்பவில்லை என்பதோடு, உள்ளே என்ன நடந்தது என்பதை அறியவும் அவனுக்கு ஆவலாக இருந்தது.

“அஞ்சு நிமிஷத்திலே வந்துட்றோம்” என்று அப்பா சம்பந்தியிடம் சொல்லிக் கொண்டார்.

“மெதுவா வாங்க.”

வியாபாரிகள் அறையை ஒட்டினாற்போல் இருந்த கூடத்தில் அம்மா காத்திருந்தாள். அப்பாவைக் கண்டதும் சீறினாள். “சம்பந்தியோட ரொம்பதான் உறவு கொண்டாடுறீங்க. அந்த மனுஷனாலே நம்ம மானம் சந்தி சிரிச்சது போறாதா?”

அப்பா தலையைத் தடவிக்கொண்டு சிரித்தார்.

“முதல்ல சம்பந்தி அம்மாவுக்கு காபி டிபன் கொடுத்தியா இல்லியா?”

“கொடுத்தேன். கொடுக்காம இருப்பேனா? வீட்டுக்கு வந்தவங்களை வாங்கோன்னு சொல்லாமே அவங்க வெரட்டினாங்களே... அந்த மாதிரி செஞ்சுடுவேன்னு நினைச்சீங்களா? நான் ஒண்ணும் அவ்வளவு கேடு கெட்டுப் போகல்லே. அது சரி, அவங்கபாட்டிலே பெண்ணைக் கொண்டுவந்து விட்டுட்டுப் போறாங்களே, அது எப்படின்னு கேக்குறேன்?”

“அது எப்படின்னா? கோர்ட்டிலே நீயும் தானே இருந்தே... ஜட்ஜ் உத்தரவு போட்டாரா இல்லியா? அவங்க கொண்டுவந்து விடாம இருக்கமுடியாது. நாம வைச்சுக்காமயும் இருக்க முடியாது.”

“வைச்சுக்குவோம். இத்தனை நாளா அவங்க வீட்டிலே வைச்சுக்கிட்டு இருந்தாங்களே... அதுக்கு என்ன பரிகாரம் செய்யப் போறாங்க. அதைப்பத்தி தனக்கு ஒண்ணும் தெரியாதுன்னு சம்பந்தி அம்மா சொல்றா. மொத்தமா நாலு தீபாவளி ஆயிருக்கு. நீங்க அதைப்பத்தி எல்லாம் ஒண்ணும் கேக்காம சும்மா கதை பேசிக்கிட்டிருந்தீங்களா இவ்ளோ நேரம்?”

“நான் கேட்கல்லேன்னு உனக்குத் தெரியுமா?”

“கேட்டீங்களா? அப்படின்னா, தீபாவளிக்கு என்ன செய்யப் போறாங்க? தீபாவளி மட்டுமில்ல... எத்தனையோ நாளும் கிழமையும் போயிருக்கு. ரெண்டாவது பொண்ணை திருச்சில கட்டிக்குடுத்தாரே, அப்ப கூட வீட்டோட மூத்த மாப்பிள்ளையை அந்த மனுஷன் கூப்பிடலையே. இத்தனை நாள் பெண்ணை வைச்சுக்கிட்டு அழும்பு செஞ்சாரே... இது எல்லாத்துக்குமா சேர்த்து அபராதமா என்ன தரப்போறாங்க?”

அம்மா ஒல்லி. உடம்புக்கு ஒவ்வாத குரல். அவளுக்குப் பின்னாலிருந்து யாரோ ‘டாண் டாண்’ என்று பேசுவதுபோல் இருந்தது. அறைக்குள் இருந்த மாமனார் அதைக் கேட்டு, பதிலுக்கு ஏதாவது பேசி புதிய விவகாரம் முளைக்கப் போகிறதோ என்று ரகுவுக்கு கவலை ஆகிவிட்டது.

“மெதுவாப் பேசேன்... அவருக்குக் காதில விழுந்தா அவர் வேற எகிறப்போறார்” என்றான் ரகு ஆத்திரமாக.

“என்னடா இது அநியாயமா இருக்கு. இந்த மாமனாருக்கே நீ இப்படி பயப்படறயே. உனக்கு பெண்டாட்டி தயவு வேணும்ன்னா போயி, மாமனார் கால்லே விழுந்து கும்பிடு. போகிறவங்க வர்றவங்ககிட்டேல்லாம் தறிக்காரன் பெண்டாட்டி, ராட்டினம் சுத்திக்கிட்டிருந்தவன்னு பேசின மனுஷன்தானே இவரு. அன்னைக்கி கோர்ட்ல என்னென்ன பேச்சு பேசினாரு.

இப்போ நம்ம வீட்டுக்கு வந்து உக்காந்துகிட்டு கால்மேல் கால்போட்டுக்கிட்டு பேசறாரு. அப்பாவும் பிள்ளையும் கையைக் கட்டிக்கிட்டு வாயப்பொத்திக்கிட்டு சொல்லுங்கோ சொல்லுங்கோன்னு கேட்கிறீங்களா?" என்று மூச்சுவிடாமல் முன்னைவிட உரத்த குரலில் பேசிக்கொண்டே போனாள் அம்மா.

ஏனடா வாயைத் திறந்தோம் என்று கிலியாகிவிட்டது ரகுவுக்கு. இந்த குரல் என் காதுகளையே குடைகிறதே... மீராவுக்கு எப்படிப் பொறுக்க முடியும்? நம்ம பக்கம் ஆயிரம் நியாயம் இருக்கலாம். ஆனால் அதை சொல்கிற முறைப்படி சொல்லாவிட்டால் நியாயமே அநியாயமாக தோற்றம் தருமே!

ஆபத்பாந்தவனாக அப்பா தலையிட்டார். "அவன் என்ன சொல்றான்னு கேட்காமே மேலே மேலே பேசிட்டே போறியே? சம்பந்தியும் நானும் எல்லாம் பேசி ஒரு முடிவுக்கு வந்திருக்கோம்."

"அப்படி என்ன பெரிய முடிவு பண்ணிவிட்டீங்க? சொல்லுங்களேன், அதையும்தான் நான் கேட்கிறேன்."

"தீபாவளி, நாள் கிழமை மரியாதை, விட்டுப்போன மரியாதை எல்லாத்துக்கும் சேர்ந்து ஆயிரம் ரூபா தர்றேன்னு ஒப்புக்கிட்டார்."

"சரி"

"இத்தனை நாள் பெண்ணை அனுப்பாமேயே இருந்ததுக்கு ஆயிரம் சேர்த்து ரெண்டாயிரம் ரெண்டு நாள்லே அனுப்பறதா சொல்லியிருக்கார். போதுமா...?"

"ரெண்டாயிரம்ன்னா அது என்ன கணக்கு? அபராதம் ஆயிரம் என்கிறது சரி. நாலு தீபாவளி போயிருக்கு. ஒரு நாள் கிழமை இல்லே. மரியாதை சீர் செனத்தி விஷயத்திலே வீட்டுல உள்ளவளைக் கேட்காமே நீங்களா எப்படி எல்லாம் ஒத்துக்கலாம்?"

"தப்புதான். ஒரு வேலை செய்வோம். நான் சேலை கட்டிக்கிட்டு சமையலைக் கவனிக்கிறேன். நீ வேட்டி கட்டிக்கிட்டு வந்து இதையெல்லாம் பாத்துக்க. இதோ பார், ஆம்பிள்ளைங்க நாங்க

பேசி ஒரு முடிவுக்கு வந்துட்டோம். அதுக்குப் பிறகு மாத்தி மாத்திப் பேசினா நல்லா இருக்காது, கேவலமா ஆயிடும்."

"ஆஹா. அவர் பண்ணின கேவலத்தை எல்லாம் விடவா? உரிமையைக் கேக்குற இதிலே நமக்கு என்ன கேவலம் இருக்கு? ஆமா, கோர்ட்டுக்கும் வக்கீலுக்கும் நாலு வருஷமா அழுதீங்களே, அதையெல்லாம் யாரு கொடுப்பா?"

"எல்லாத்துக்கும் சேர்த்துத்தான் ரெண்டாயிரம்" என்று அப்பா, அம்மாவின் வாயில் ஒரு பெரிய பந்தைத் திணித்தார்.

"அதை கணக்குல வரவு வைச்சுக்கிட்டா லாபக்கணக்குல சேர்த்து அதுக்கும் வரி போடுவான். ரெண்டாயிரம் என் கைக்கு வந்ததும் நான் உங்கிட்டேயே கொடுத்துட்றேன். பத்திரமா வைச்சுக்கோ. நான் ஒண்ணு சொல்றேன்... கேட்டுக்கோ. பெத்தவங்க செஞ்ச தப்புக்காக பெண்ணைத் தண்டிக்கக்கூடாது, அவ இனிமே நம்ம வீட்டுப் பொண்ணு... தெரியுதா?"

"அது தெரியும் எனக்கு. நீங்க அதுக்கு எனக்கு வியாக்கியானம் எல்லாம் சொல்ல வேண்டாம்."

"உள்ள சம்பந்தி அம்மா என்ன செய்றாங்க?"

"அப்பாவுக்கும் பிள்ளைக்கும் நான் எதுவாவது பேச வந்தா, உடனே பேச்சை மாத்தி உள்ள அனுப்பி விடணும். சம்பந்தியாம் சம்பந்தி. அவங்க வீட்டுக்குப் புறப்படத் தயாரா இருக்காங்க."

"சரி, நீ உள்ளே போ. சம்பந்தி புறப்பட்டதும் நான் சொல்லி அனுப்பறேன்."

புயல் போல வந்த அம்மா தென்றலாகத் திரும்பினாள். இரண்டாயிரம் கிடைக்கிறது என்றதும் அவளுடைய பிரச்னைகள் எல்லாம் தீர்ந்துவிட்டன.

அப்பாவுக்கு எப்படியாவது ஆயிரத்தை பதினாயிரம் ஆக்க வேண்டும், பதினாயிரத்தை லட்சம் ஆக்கவேண்டும் என்று பெரிய திட்டமாகப் போடுகிறார் என்றால், அம்மா நூறு நூறாகச் சேர்த்து ஆயிரம் ஆக்கும் சிறிய திட்டத்தை நிறைவேற்றி வந்தாள். வீட்டில் இரண்டு சிந்து பசுக்கள் கறக்கின்றன.

அவற்றுக்கான தீனிச் செலவு வீட்டுச் செலவுக் கணக்கில் ஏறும். ஆனால் பாலோடு தண்ணீர் கலந்து விற்று வருகிற வருவாய் முழுவதும் அம்மாவின் கையிருப்பாக எங்கோ மறைந்திருக்கும். வீட்டுச் செலவுக்கென்று தருகிற பணத்திலும் மிச்சம் பிடிப்பாள். செய்யாத செலவைச் செய்ததாய்ச் சொல்லிப் பணம் வாங்கிக்கொள்வாள். அதிகப்படியாக இருக்கும் தானியங்களை யாருக்குத் தெரியப்போகிறது என்று எண்ணிக்கொண்டு விற்பதற்கும் அவள் தயங்குவதில்லை. இவ்வளவும் போதாது என்று, அவள் கடைப் பகுதிக்கு வந்தால் அலமாரியிலுள்ள ரவிக்கைத் துண்டுகளை எடுத்துக்கொள்வாள். தறிகளில் மிச்சப்பட்டுவரும் சிறிய பட்டுப் பாவுகளையும் ஜரிகைக் குஞ்சங்களையும் சுருட்டிக் கொள்வாள்.

அவள் இவ்வாறு செய்கிறாள் என்று ரகுவைவிட அவன் அப்பாவுக்கு நன்றாகத் தெரியும். அவளிடம் பணம் இருந்தால் எங்கே போய் விடும்... கடைசியில் நமக்குத்தான் உபயோகப்படும். இல்லாவிட்டால் வீட்டுக்குத்தானே உபயோகமாகும். அவளும் பணம் சேர்க்கட்டுமே, அவள் எடுப்பதற்கும் சேர்த்துத்தான் நாம் சம்பாதிக்கவேணும் என்று அப்பா சொல்வார்; அப்படியே செய்துகொண்டும் வந்தார்.

அம்மா கையில் இப்போதைக்கு பெரிய ரூபாயில் முக்கால் ரூபாயாவது இருப்பு இருக்கும். எங்கேதான் ஒளித்து வைத்திருக்கிறாளோ என்று ரகு ஆச்சரியப்படுவான். பணம் அதிகமாய்ச் சேரச் சேர, பணத்தாசை அதிகமாகும் என்பது எவ்வளவு பெரிய உண்மை. அம்மா விஷயத்தில் மட்டும் அது பொய் ஆகிவிடுமா? அப்பா சமயோசிதமாக இந்த நேரத்தில் இரண்டாயிரம் கொடுத்து சமாதானத்தையே விலைக்கு வாங்கிவிட்டார், இல்லாவிட்டால் அம்மா கட்டாயம் ரகளை செய்திருப்பாள்.

அவள் போனதும் மறுபடியும் வியாபாரிகள் அறைக்குத் திரும்பும்போது ரகு குரலைத் தாழ்த்திக் கொண்டு, “அம்மா பேசினது எல்லாம் அவருக்குக் கேட்டிருக்குமா அப்பா?” என்று கேட்டான்.

“திவ்வியமா கேட்டிருக்கும். கேட்கட்டும்னுதான் நானும் ஒரு கதவைத் திறந்து வைச்சுட்டு வந்தேன். உங்க அம்மாவையும் அப்படிப் பேச விட்டேன்” என்றார் அப்பா சிரித்தபடி.

ஒன்றுக்கு ஒன்று சளைத்தது இல்லை. ஆனால், இந்த ‘டிப்ளோமசி’ தனக்கு விளங்கவில்லை என்று எண்ணினான் ரகு. இருவரும் திரும்பியபோது மாமனாரின் முகம் வாடி இருப்பதாய் அவனுக்கு ஒரு பிரமை. ஆனால் அவர்தான் உற்சாகம் மாறாமல் பேச்சை ஆரம்பித்தார்.

“சம்பந்தி அம்மா என்ன சொல்றாங்க? என்னைப் பத்தி ரொம்பக் குறைப்பட்டிருப்பாங்களே?”

“ஆமா. உங்களுக்குத் தெரியாததா? பொம்பளைங்க இந்த மாதிரி விஷயங்களை லேசிலே மறக்கமாட்டாங்களே. எத்தனையோ நாள் கிழமைங்க வந்து போயிருக்கு. நாலு தீபாவளி போயிருக்கு. சம்பந்தி வீட்டிலேருந்து ஒரு தட்டு பலகாரமாவது வந்திருக்குமா, ஒரு பந்து பூவாவது வந்திருக்குமா, ஒரு வெள்ளிப் பாத்திரமாவது வந்திருக்குமான்னு ஆரம்பிச்சிட்டா. இதென்ன பெரிய விஷயம், சம்பந்திட்ட சொன்னா உடனே செஞ்சிட்டுப் போறார்ன்னு சொல்லி அனுப்பி வைச்சேன்.”

மாமனார் யோசிக்கிறவராகத் தெரியவில்லை. யோசித்து முடித்தவராகப் பேசினார். “அவங்க கேட்கிறத்திலேயும் ஒரு நியாயம் இருக்கு. நாம சௌஜன்யமா இருந்து, நாங்க நாள் கிழமைங்களிலே பலகாரம் டிரஸ்ன்னு கொண்டுவந்து கொடுத்திருந்தா ஐம்பது, நூறுன்னு செலவாகி இருக்காதா? நாலு தீபாவளிக்கும் மீராவுக்கு பட்டுச் சேலை வாங்கிக் கொடுத்திருக்கேன். மாப்பிள்ளைக்குத்தான் ஒண்ணும் செய்யல்லே. விட்டுப்போன எல்லா மரியாதைக்கும் ஆயிரம் ரூபா கொடுத்துட்றேன். சரிதானே?”

“நீங்க தராவிட்டாலும் நான் கேட்கப் போறதில்லே. கோர்ட்ல உத்தரவாகி, பெண்ணைக் கொண்டு வந்து விட்டிருக்கீங்க. இந்த விட்டுப்போன மரியாதைக்கு பணம் கொடுக்கும்படி ஜட்ஜ் சொல்லியிருக்காரான்னு நீங்க கேட்டா நான் வாய் திறக்க முடியுமா? ஆனா, அவ சொல்றது நியாயம்னு நீங்களே ஒத்துக்கிட்டீங்க. ஆயிரம் என்கிறது உங்க அந்தஸ்துக்கு

ரொம்பக் குறைச்சல். மாப்பிள்ளைக்கு டெரிலின் பாண்டும் சட்டையும் எடுத்தா இருநூறு முன்னூறு ஆயிடுமே. நாலு தீபாவளிக்கு அதுவே ஆயிரத்துக்குகிட்ட வந்து நிக்குமே. நீங்க தரப்போற பணத்தை நான் தொடப் போறதில்லே. அது பொம்பிளைங்க பணம். அவங்களுக்கு திருப்தி ஆகணும், ஆயிரம்ன்னா அவங்களுக்கு சமாதானம் ஆகாது. மூவாயிரமாவது சொல்வீங்கன்னு எதிர்பார்த்தேன்.''

''மூவாயிரமா? ரொம்ப ஜாஸ்திங்க. ஆயிரத்து ஐநூறு அனுப்பறேன். அத்தோட என்னை இப்ப விட்ருங்க'' என்று மாமனார் கெஞ்சினார்.

''இது பொம்பளைங்க சமாச்சாரம்ன்னேனே. அவங்க மூவாயிரம் எதிர்பார்க்குறாங்க. நீங்க ஆயிரத்து ஐநூறுங்குறிங்க. அய்யம்பேட்டை மத்தியஸ்த்தமா நான் ஒண்ணு சொல்றேன். நீங்க மறுக்காம ஒத்துக்கணும். ரெண்டாயிரமா அனுப்பிடுங்க. இதுக்கே நான் வீட்டுப் பொம்பளைக்கு எவ்வளவோ சமாதானம் சொல்ல வேண்டியிருக்கும்.''

பெருமூச்சு விட்டபடி மாமனார், ''சரி'' என்றார்.

அப்பாவின் 'டிப்ளோமஸி' லாபம் தருவதை ரகு சுவாரஸ்யமாய்க் கவனித்தான். வரதட்சணை கேட்கக்கூடாது. சீர் வரிசை கொடுக்கக் கூடாது என்பதில் சத்திய நியாயம் இருக்கிறது. ஆனால், இந்தக் குடுமியைப் பிடித்துக் குலுக்கி பணம் பறிப்பது தவறு என்று அவனுக்குப் படவில்லை. நமக்கு கோர்ட் செலவு வேறு ஆகியிருக்கிறதே... ஆனால், இந்த இரண்டாயிரம் என்னையல்லவா சேர வேண்டும்; அம்மாவிடம் தரப்போகிறாரே... என்ன நியாயம் இது?

''அப்போ, நான் புறப்படட்டுமா? போனதும், கௌரியும் பட்சியும் பார்த்து சரக்கும் செக்கும் அனுப்பறேன்'' என்று ஒருவாறு மாமனார்க்காரர் எழுந்துவிட்டார்.

''சரக்கு நயமா இருக்கணும். இல்லாவிட்டா திருப்பி அனுப்பிவிடுவேன். அப்புறம் என் மேலே நீங்க வருத்தப்படக்கூடாது. வியாபார விஷயத்துல சொந்தப் பிள்ளையானாலும் நான் தாட்ஷண்யம் பார்க்கமாட்டேன்.''

"சரக்கு ஏ ஒன்னா இருந்தா வைச்சுக்கங்கோ."

ஒரு மணி நேரத்தில் மாமனார் வீட்டுக் குமாஸ்தா நரசிம்ம அய்யங்கார் வண்டியில் பட்டு மூட்டை ஏற்றிக் கொண்டு வந்து சேர்ந்தார். இருபதாயிரத்துக்கு செக்கும், இரண்டாயிரம் ரொக்கமும் வந்தன. மாமனார் சொன்னபடி சரக்கு ஏ ஒன்.

4.

இரண்டு பெரியவர்களும் வெளியே போய்விட்டார்கள். ரகுவுக்கு அந்த இடத்தை விட்டு எழுந்திருக்கவே மனம் வரவில்லை. மீரா உள்ளே இருக்கிறாள் என்ற பிரக்ஞை தன் உள்ளுறுப்புகளையும் நாடி நரம்புகளையும் அமைதிப்படுத்திவிட்டதாக அவனுக்குத் தோன்றியது. நாலு ஆண்டுகாலமாக மனத்தில் அமுங்கிக் கிடந்த நெருக்கடிதான் உந்து விசையாக இருந்து அவனை முடுக்கி இயக்கி வந்தது போலவும், அந்த உந்துவிசை இப்போது ஓய்ந்துவிட்டதால், செயல்படும் ஆற்றலையே இழந்துவிட்டது போலவும் ஒரு பிரமை. அங்கேயே அப்படியே மெய்மறந்து தூங்கிவிட வேண்டும் என உடல் விழைவது போல ஒரு பிரமை. அவனைத் தட்டி எழுப்பி செயல்படுத்த மீரா வருவதுபோல, கதவை மெள்ளத் திறந்து கொண்டு வருவதுபோல, வந்து அருகில் நிற்பது போல, நின்று அவனைத் தொட்டு எழுப்புவதுபோல பல வித பிரமைகள்.

அவள் வரமாட்டாள் என்று அவனுக்குத் தெரியும். அவள் இருக்குமிடம் நாடி அவன் செல்லவும்தான் உள்ளும் புறமும் தடைகள். அப்பா என்ற கட்டுப்பாடு அவனை கடைவேலையைக் கவனிக்கும்படி கட்டளை இடுகிறது. அம்மா என்ற கட்டுப்பாடு சமையலறை வாயிலில் வழிமறித்து மீராவை அணுகவிடாமல் தடுக்கிறது.

அவன் வாழவேண்டிய வாழ்க்கை, அவன் வாழப்போகிற வாழ்க்கை. ஆனால், அதற்கான வழிகளை வகுத்துக் கொள்ளவோ முடிவுகள் செய்யவோ அவனுக்கு உரிமை இல்லை. அவனுடைய உரிமையை யாரும் பறித்துக் கொண்டு ஓடிவிடவில்லை.

பிறக்கும்போதே மனிதன் பல உரிமைகளை இழந்தவனாகவே ஒரு மனிதன் பிறக்கிறான் என்று எண்ணினான் ரகு.

'மனிதன் சுதந்திரமாய்ப் பிறக்கிறான், ஆனால், எங்கு நோக்கினாலும் தளைப்பட்டவனாய்க் காணப்படுகிறான்' என்று கூறிய ரூஸோ - அறிஞன் என்று உலகப் புகழ் பெற்றுவிட்டான். அவனுடைய சொற்களை வைத்து பல புரட்சிகள் தோன்றிவிட்டன. ஆனால், மனிதன் சுதந்திரமாய்ப் பிறக்கிறான் என்பது மெய்தானா?

தாயின் கருவில் உருவாகும்போதே மனிதன் அப்பெற்றோருக்கும் அவர்களுடைய சூழலுக்கும் அடிமை ஆகிறான். தாய்ப்பால் தொடங்கி உணவுக்கும், உடுக்கும் உடைக்கும், இருக்கும் இடத்துக்கும் அடிமை ஆகிறான். பழக்க வழக்கங்களுக்கும், ஜாதி மத பேதங்களுக்கும், சமூகத்துக்கும் அரசுக்கும் சட்டத்துக்கும் அடிமைப் படுகிறவன் இறுதியில் இயற்கை விதிகளுக்கு அடிமையாகி மரணத்தில் மறைந்துபோகிறான். இந்த அடிமைத்தனத்திலிருந்து மீட்சி பெறுவதையே முக்தி, மோட்சம் என்று சமயவாதிகள் சொல்லுகிறார்கள் போலும். ஆனால், இந்த விடுதலை வேண்டுமானாலும் தவம், விரதம், பூஜை என்ற வேறுவித கட்டுப்பாடுகளுக்கு அடிமைப்பட வேண்டும். அடிமையாகப் பிறக்கும் மனிதன் அடிமையாகவே வாழ்ந்து முடிகிறான் என்பதே மெய். ரூஸோ சொன்னது மெய்யென மயங்க வைக்கும் பொய்.

ரகு இலக்கியம் படித்தவன். சரியாகவோ தவறாகவோ சிந்தனை செய்யும் ஆற்றல் உடையவன். அனுபவம் இல்லாவிட்டாலும் புத்தகப் படிப்பின் பலத்தைக் கொண்டு உலகத்தையும் மக்களையும் புரிந்துகொள்ளமுடியும் என்கிற தன்னம்பிக்கை அவனுக்கு இருக்கிறது. ஆனால், எந்தத் திசையிலும் அவனால் சுயமாக அடியெடுத்து வைக்க முடியவில்லை. ஏனென்றால் எல்லாத் திசைகளும் அடைபட்டுக்கிடப்பதாய் அவனுக்குத் தோன்றியது. யாராவது கதவைத் திறந்து, 'கிழக்கே போய், வடக்கில் திரும்பி, மேற்கே வளைந்து, தென் திசையாகப் போனால் நீ போய்ச் சேர வேண்டிய இடத்துக்குப் போய்ச் சேரலாம்' என்று அவனுக்கு வழிகாட்ட வேண்டும்; அப்போதும் வழிகாட்டியவன் சரியாக வழிகாட்டினானா, போய்ச் சேர்ந்த

இடம் சரியானதுதானா என்ற கேள்விகள் இருந்து கொண்டே இருக்கும்.

அப்பாவுக்குப் பின்னாலேயே நான் போகிறேன். அவர் போவது சரியான வழி என்று சொல்ல முடியாது. அவருக்கு சரியென்று தோன்றும் வழியில் போகிறார். எனக்கு அது சரியான வழியாகத் தோன்றாவிட்டாலும் நான் அவரையே பின்பற்ற வேண்டியிருக்கிறது. அப்பாக்கள் எல்லோரும் சரியான வழியைத்தான் காட்டுகிறார்கள் என்று கூற முடியுமா? பிள்ளைகள் சரியான வழியில் செல்லவில்லை என்றால், அப்பாக்களுக்கு அந்தக் குற்றத்தில் பங்கு இல்லையா? அந்தக் குடுமிக்காரர் வீட்டுக்கு வந்து பெண்ணைப் பிடித்துக்கொண்டு அடாவடியாகப் பேசினார் என்பது நிஜம். "தனிக்குடித்தனம் வைத்தால் பெண்ணை அனுப்புவோம்" என்று அவர் பிடிவாதம் செய்தது அயோக்கியத்தனம்தான். ஆனால், மகன் சந்தோஷமாக வாழ வேண்டுமென்று விரும்புகிறவரானால் அப்பா தனிக்குடித்தன யோசனைக்கு ஏன் இணங்கியிருக்கக் கூடாது? அவராகவே எனக்குத் தர வேண்டிய பங்கைத் தந்து தனிக்குடித்தனம் வைத்திருந்தால், எல்லாத் தொல்லைகளும் எப்போதோ தீர்ந்திருக்கும். அப்படிச் செய்ய அப்பாவுக்கு மனம் வரவில்லை. அதன் பலனாக, நாலு ஆண்டுகளாக வெறுப்பிலும், அருவருப்பிலும், அவமானத்திலும், மனமெல்லாம் புண்ணாகிக்கிடக்கிறது. அது முடிந்த கதை. இந்த வாய் நாற்றம் இப்போது பெண்ணைக் கொண்டுவந்து விட்டது நிர்பந்தத்தால். மறுபடியும் பெண்ணை மட்டும் அல்ல, என்னையும் மாமனார் வீட்டுக்கு அனுப்புவதாய் ஒப்புக்கொண்டிருக்கிறார் அப்பா. அத்தோடு நிற்காமல் சம்பந்தியோடு வியாபார சம்பந்தம் வைத்துக் கொள்ளவும் இசைந்துவிட்டார். இது கேவலம் என்று அப்பாவுக்கு ஏன் தோன்றவில்லை? இந்த ஒரு லட்சம் வேறு எங்கும் கிடைக்காதா? அவனுக்கு வாய்த்த பெற்றோர் மாமனார், மனைவி எல்லோருமே தனிரகம் - மட்ட ரகம்.

ஆம், மனைவிகூடத்தான். அழகாக இருக்கிறாள், ஆகர்ஷிக்கிறாள் என்பதைத் தவிர, அவளால் அவன் அடைந்த சுகம் என்ன? முப்பது முப்பத்து ஐந்து வயதான கன்னிகளுக்குக் கூட, இந்தச் சமூகத்தில் ஒரு மரியாதை இருக்கிறது. பரிவும் இருக்கிறது. ஆனால், வாழாவெட்டியாக இருக்கும் பெண்ணை எல்லோரும்

'சீப்'பாக எடை போடுகிறார்கள். அதுவும், பணத்திமிர் உள்ள குடும்பத்து வாழாவெட்டியிடம் யாரும் இரக்கப்படுவதில்லை. 'அவள் குழந்தை' என்று நான் சமாதானம் செய்துகொள்ளலாம்; ஊர் வாயை மூட முடியுமா? எவ்வளவு கீழ்த்தரமான வதந்திகள்! கீழ்த்தரமாக பேசப்பட்ட பேச்சுகள். இருட்டில் உட்கார்ந்திருந்த அவனுடைய உடம்பு ஆடியது. மீராவை நான் திரும்பவும் ஏற்றது தப்பு. எப்படியாவது அவளை நான் ஒதுக்கி வைத்திருக்க வேண்டும். வெட்கத்தோடு தலைகுனிந்தவன் அவமானத்தாலும் கோபத்தாலும் குன்றினான்.

சில நிமிடங்களிலேயே அவள் மீது ஆசை மீதூறிற்று. நாலு ஆண்டுகளுக்கு மேல் பிரிந்திருந்தவள் திரும்பி இருக்கிறாள். அவளைப் பார்ப்பதற்கும், பேசித் தீர்ப்பதற்கும், தொடுவதற்கும் உடலும் மனமும் ஏங்குகின்றன. ஆனால் உள்ளே சென்று அவளைச் சந்திக்க அவன் தயங்குகிறான். அம்மா இருப்பாள், கத்துவாள் என்ற பயம். அப்பா என்ன சொல்வாரோ என்ற பயம். இதற்குக் கட்டுப்பாடு என்று பெயர்.

எதிர்வீடுகளிலும் பக்கத்து வீடுகளிலும் இப்படியா நடக்கிறது? பெற்றோரே பிள்ளையையும் மருமகளையும் சினிமாவுக்கும் கோயிலுக்கும் போய்வரும்படி அனுப்புகிறார்கள். பருவ வேட்கையை அவர்கள் புரிந்துகொண்டவர்கள். அப்பாவுக்கும், அவருக்கு முந்தித் தாத்தாவுக்கும் மணமான காலத்தில் கணவனும் மனைவியும் பெரியவர்களுக்கு முன்னிலையில் நேர்நின்று பேசக்கூட முடியாது. பெண்கள் வீட்டு வாசலில் நிற்பதோ, இருப்பதோ பெரிய தவறாகக் கருதப்பட்டது. வயதானவர்களைத்தான் முன்பு வாசலில் காண முடியும். ஆனால், காலம் மாறிவருகிறது. ரகுவுக்கு விவரம் தெரிந்த காலத்திலிருந்து அவன் அறியவே பல மாறுதல்கள் நிகழ்கின்றன. ஹோட்டல்களும் சினிமாக்களும் மற்ற சமூகத்தவரைப் போலவே இந்தச் சமூகத்தவரையும் கவர்ந்துள்ளன. ஹோட்டல்களிலும் சினிமாக்களிலும் இளம் வயதினர் மட்டுமல்ல, வயதானவர்களையும் கூட்டமாய்க் காண முடிகிறது. நாள் முழுவதும் நாடாபோடும் தறிக்காரரர்கள்கூட மாலையானதும் தறியைவிட்டு இறங்கி, நல்லபடி உடுத்திக்கொண்டு, அலங்காரம் செய்துகொண்டு காத்திருக்கும் மனைவியோடு ஹோட்டலுக்குச் சென்று நாவாரச் சாப்பிட்டுவிட்டு சினிமாவுக்குப் போகிறார்கள்.

ஒரு உழைப்பாளிக்குள்ள சுதந்திரம்கூட, அவனுக்கு இல்லை. பெற்றோருக்கு அடங்கியாக வேண்டிய நிர்ப்பந்தத்திலுள்ள இளைஞர்கள் எல்லாரும் இப்படித்தான் நினைக்கிறார்களோ என்னவோ?

காலிங் பெல் ஒலித்தது. அப்பா அவனை கடைக்கு ஏவுகிறார். நெசவாளர்கள் வருகிற நேரம். அவன் சோம்பல் முறித்துக்கொண்டு எழுந்து கடைக்கு வந்தான்.

வழக்கம்போல் தறிக்காரரர்களின் கும்பல் கூடியிருந்தது. ஒரு குமாஸ்தா பட்டு நிறுத்துக்கொண்டிருந்தான். மற்றொருவன் 'அறுவாகி' வந்த சேலையை விரித்துப்போட்டு 'மிஸ்டேக்' ஏதாவது இருக்கிறதா என்று பார்த்தபடி இருந்தான். பணம் தரவேண்டிய பொறுப்பு மட்டும்தான் ரகுவுக்கு. அதனால், பணத்துக்காக ரகுவின் வருகையை எதிர்பார்த்துச் சில நெசவாளர்கள் காத்திருந்தார்கள். இந்தக் கும்பலுக்கு மாறுபட்ட நாலு பேர் கடையில் உட்கார்ந்திருந்தார்கள். அப்பா ஸீட்டில் இல்லை. அவர்களுடைய வருகைதான் காலிங் பெல் வழியாக தனக்கு அறிவிக்கப்பட்டது என்பதைப் புரிந்துகொண்டான் ரகு.

"அவோ, அவோ, கெங்கே நொவ்வோ வாட்?" (வாங்கோ, வாங்கோ, ஏது புதுவழி?) என்று வந்தவர்களை உற்சாகமாய் வரவேற்றபடி தன் இடத்தில் உட்கார்ந்தான் ரகு. பிறகு தொழில் விஷயங்களைப் பேசும்போது வந்திருந்தவன் புதுத் தொழில் ஒன்றைச் செய்வதாகச் சொன்னான். "இதுவும் புது வழியால்ல இருக்கு?!" என்றான் ரகு.

"நொவ்வோ வாட் மெனி காய் ஸே? அஸ்கி ஜின்னோ வாட்டுஸ், ஜின்னோ மென் கானுஸ்" (புது வழின்னு என்ன இருக்கு? எல்லாம் பழய வழிதான். பழைய மனிதர்கள் தான்) என்றான் மொட்டனாளி லட்சுமணன். அவன் பரம்பரைத் தொழிலான பட்டுச் சேலை உற்பத்தியை நிறுத்திக் கொண்டு, சோப் ஃபாக்டரி ஒன்று தொடங்கி இருந்தான். பி.ஏ. பட்டதாரி. ரகுவோடு படித்தவன். சௌராஷ்டிரர்களுக்கு நெசவுத் தொழிலைத் தவிர, வேறொன்றும் செய்யவராது என்கிற அபவாதத்தை ஒழிக்க வேண்டும் என்ற தீவிரம் உடையவன்.

குங்கா பலராமய்யரும் தொண்டா ராஜ கோபாலய்யரும் பட்டு ஜவுளி உற்பத்தியாளர்கள். இருவருமே ஐம்பது ஐம்பத்தைந்து வயது எல்லையில் இருப்பவர்கள். நாலாவது நபர் ரெங்கா குப்புசாமி. ஒரு பெரிய அச்சகம் வைத்திருந்தான். அவனும் ரகுவைவிட வயதானவன்.

இந்த நால்வரில் லட்சுமணன் ஒருவன்தான் ரகுவோடு நட்புரிமையோடு பழகுகிறவன். இந்த நால்வரும் சேர்ந்து வரக் காரணம் என்ன என்று ரகுவுக்கு யோசனை; ஏதாவது வசூலுக்குப் புறப்பட்டிருப்பார்கள். விளக்கு வைத்த நேரத்தில் என்ன வசூல் வேண்டியிருக்கிறது என்று எண்ணினான் ரகு.

“சங்கர், கலர் கொண்டு வா”.

“எனக்கு சோடா. வயிறு சரியில்ல” என்றார் பலராமய்யர்.

“அதெப்படி சரியா இருக்கும்? அட்க்ஷயபாத்திரம் எடுக்க எடுக்கக் கொடுக்கும்பாங்க, உன் வயிறுதான் கொடுக்கக் கொடுக்க எடுத்துக்கிட்டே இருக்கே” என்றார் ராஜகோபாலய்யர்.

“எல்லாருக்குமே சோடா கொண்டுவரச் சொல்லு. ராத்திரி இங்கயே சாப்பிட்றதுக்கு தயார் செஞ்சிக்குவோம். ஹாட் ட்ரிங்க்ஸ் இங்க ஒண்ணும் கிடைக்காது. சோடா அபிடைஸரா இருக்கட்டும்” என்றான் லட்சுமணன். ஆங்கில நாவல்களை நிறையப் படித்து அவன் கற்றுக்கொண்டது குடி. ஹூம், குடிப்பதற்கு அவனுக்கு வசதியும் இருந்தது. அவன் தலையெடுத்த நேரம் அவன் தகப்பனார் ஏராளமான சொத்து வைத்துவிட்டுப் போய்விட்டார்.

“நாலு பேரும் அஜீரணக்காரங்களாத் தெரியுது. மிளகு ரசமும், பருப்புத் துவையலும் செய்யுங்க” என்று குரல் கொடுத்தான் அங்கிருந்த தெக்கியம் குள்ளப்பன்; காத்திருந்த நெசவாளர்களில் அவன் ஒருவன்தான் வயதானவன். பட்டு நெசவின் நுட்பங்கள் அவனுக்கு அத்துபடி. சிறு வயதிலிருந்தே விடுதலைப் போராட்டம், ஹரிஜன இயக்கம் முதலியவற்றில் பங்குகொண்டவன் என்பதோடு சமூக, பொது விஷயங்களிலும் முன் நிற்பவன். அவனைப்போல் பல விஷயங்களை அறிந்தவர்கள் கும்பகோணத்திலேயே சிலர்தான் இருப்பார்கள்.

அதனோடு அடி நாள் முதலே உற்பத்தியாளர்களோடு நெருங்கிப் பழகிறவன்.

"யாரது குள்ளப்பனா? எங்களுக்கு அஜீரணம்னு உனக்கு எப்படித் தெரிஞ்சுது?" என்றார் கூட வந்து சேர்ந்த கிருஷ்ணய்யர், தம்முடைய பெரிய உடலில் இருந்த சிறிய தலையைத் திருப்பி.

குள்ளப்பனைத் தம்மிடம் இழுத்துக்கொள்ள வேண்டும் என்று அவருக்கு பலகாலமாக ஆசை. அவன் அவரிடம் சிக்குவதாக இல்லை.

"தறிக்காரங்களும் குமாஸ்தாக்களுமா இருபதுபேர் இருக்கிற இடம் தெரியல்லே. நீங்க நாலைஞ்சு பேர் கடையையே அடைச்சுக்கிட்டீங்களே" என்று முணுமுணுப்பது போல் எல்லாரும் கேட்கவே சொன்னான் குள்ளப்பன்.

லட்சுமணனுக்குக் கோபம் வந்தது. வேலைக்காரர்களை வேலைக்காரர்களாகத்தானே நடத்த வேண்டும் என்கிற மனப்பான்மை உடையவன் அவன். "ரகு உன்னை கங்கிராஜுலேஷன் செய்ய மறந்துட்டேனே..." என்றான் பேச்சை மாற்ற.

"எதுக்கு?"

ராஜகோபாலய்யர் சொன்னார், "இங்கே வர்றத்துக்கு முன்னாடி பெரிய தெருவிலே உங்க மாமனாரைப் பார்த்தோம். அப்ப பெண்ணைச் சேர்க்க வேண்டிய இடத்திலே சேர்த்துட்டதா சொன்னார்."

ரகுவுக்கு சங்கோஜமாக இருந்தது. மௌனமாக இருந்தான்.

"அது மட்டுமில்லே. வியாபார சம்பந்தமும் ஏற்படுகிறது. இனிமே ஒத்துமையா இருக்கப் போறோம்ன்னாராம்".

"நாங்க போறப்போ உங்களுக்காக அங்க பட்டு நிறுத்துகிட்டிருந்தார்."

"ஏதோ கிரஹ தோஷம், என்னன்னவோ நடந்துட்டுது. இனிமேல் எல்லாம் நல்லபடி நடக்கும்" என்று ஆசி வழங்கினார் பலராமய்யர்.

அவர்கள் வாழ்த்துதான் கூறினார்கள். ரகுவுக்கு அவமானமாகவும் சங்கடமாகவும் இருந்தது. நெசவாளர்கள் சிலர் அவனைப் பார்ப்பதையும் ஏதோ பேசிக்கொள்வதையும் கவனித்தான். என்ன பேசிக் கொள்கிறார்கள் என்று நினைக்கத் தொடங்கிய மனத்தைக் கட்டுப்படுத்தினான்.

ரகுவின் சங்கடத்தைப் புரிந்துகொண்ட லட்சுமணன், "நாம வந்த காரியத்தைப் பார்க்கலாம். அங்க வீவருங்க காத்திருக்காங்க. ரகு, வீ வோன்ட் வேஸ்ட் யுவர் டைம். பத்து நிமிஷம் தனியாகப் பேசுவோமா?"

அவர்கள் பெரிய தொகையை வசூலுக்கு அடிபோடுவதாக ரகுவுக்குத் தோன்றியது. ரங்கா குப்புசாமி வேறு வந்திருக்கிறான். சமூகத் தொண்டன். இதுவரை அவன் வாய் திறக்கவில்லை. திறந்தால் ஐந்நூறு ஆயிரம் என்பான் தயங்காமல். அப்பாவைக் காட்டிவிட்டு ஒதுங்க வேண்டும் என்று முடிவு செய்து கொண்டான்.

"முதல்லே சோடா சாப்பிடுங்க. அப்புறம் தனியாகப் பேசலாம். இவ்ளோ பேர் வந்திருக்கிறதைப் பார்த்தா ஏதோ கான்ஸ்பிரசி போலத் தெரியுது."

"கரெக்ட். கான்ஸ்பிரசிதான்" என்றான் லட்சுமணன்.

"அப்பா வந்துட்டா நல்லா இருக்குமே..."

"நாங்க உன்னோடுதானே பேச வந்தோம்."

"ஐயா, இங்க ஒரு பட்டாளமே காத்திருக்கு. மறந்துடப்போறீங்க" என்று குரல் கொடுத்தான் குள்ளப்பன்.

யாரும் அவனுக்கு பதில் கூறவில்லை. வந்தவர்கள் பின்னால் வர, ரகு மறுபடியும் வியாபாரிகள் அறைக்குள் நுழைந்தான். உட்கார்ந்த உடனேயே லட்சுமணன், "நீ குள்ளப்பனுக்கு ரொம்பத்தான் இடம் கொடுத்து வைச்சிருக்கே. நாம் பேசறப்போ அவன் குறுக்கிட்டுப் பேசறானே... என்ன பழக்கம் அது?" என்று ரகுவை அதட்டினான்.

“நாமா இடம் கொடுக்கிறோம்? அவன் பிடிச்சுக்கிறான். அவன் வேலை தெரிஞ்சவன். நாம அவனை விட முடியாது, விடமாட்டோம்கிறது அவனுக்குத் தெரியும். காலத்தை அனுசரித்தில்லே நடக்க வேண்டியிருக்கு? இது பாட்டாளிகள் யுகமப்பா! பெர்னார்ட்ஷா — பெரிய சோஷலிஸ்ட் — என்ன சொல்றான் தெரியுமா? *Treat a servant as a servant* (வேலைக்காரனை வேலைக்காரனாக நடத்து) என்கிறான்.”

“அந்தக் குள்ளப்பனுக்கு பயந்துக்கிட்டுத்தானே இங்கே ரகசியம் பேசவந்தோம்? நீ வந்த காரியத்தை முதல்ல சொல்லுப்பா லட்சுமணா” என்றார் பலராமய்யர்.

“நீங்க பெரியவங்க, நீங்களே சொல்லுங்க” என்று குங்கா கிருஷ்ணய்யரிடம் பொறுப்பைத் தள்ளினான் லட்சுமணன்.

கிருஷ்ணய்யர் வைர மோதிரத்தை அங்கவஸ்திரத்தால் துடைத்தபடி, “சௌராஷ்டிர சபை எலெக்சன் நடக்கப்போகுது. அது விஷயமா பேசவந்தோம்” என்று ஆரம்பித்தார்.

வசூல் விஷயம் அல்ல என்றதும் ரகுவுக்கு கவலை தீர்ந்தாற் போலிருந்தது. “சபை என்று பேருக்கு இருக்கே தவிர, ஒரு காரியமும் நடக்கறதா தெரியல்ல. இந்த தடவையாவது நல்லபடியா வேலை செய்றவங்களைத் தேர்ந்தெடுங்க” என்றான்.

“என்ன செய்ய ஆரம்பிச்சாலும் முட்டுக்கட்டை போடுறதுக்கே ஒரு கோஷ்டி இருக்கே. அவங்களே வந்து சபையைப் பிடிச்சுக்கலாம்ன்னு பாக்குறாங்க” என்றார் ராஜகோபாலய்யர்.

“மதுரை பெரிய ஊரு... பணக்காரங்க இருக்காங்க, தாராளமா பணம் கொடுக்கிறாங்க. சபை நல்லபடி நடக்குதுன்னா ஆச்சரியமில்லே. ஆனா, பெரியகுளம், ஆரணி போல சின்ன ஊர்களிலேகூட, சபை பிரமாதமா வேலை செய்யுது. நம்ம ஊர்லேதான் ஒண்ணையும் காணோம். இந்தத் தடவையாவது நல்லா வேலை செய்றவங்களைத் தேர்ந்தெடுங்க” என்றான் ரகு.

“இந்த ஊர்லே சமூகவுணர்ச்சி கம்மிதான்” என்றார் குங்கா கிருஷ்ணய்யர்.

“நீங்க சொல்றது சரி இல்லே. இங்க சமூகவுணர்ச்சி நிறைய இருக்கு. பரம்பரைப் பணக்காரங்களுக்கு பணம் தர்றதுன்னா மனசே வராது. இப்போ, புதிய பணக்காரங்க ரொம்பப் பேர் இருக்காங்க. அவங்க சமூக சேவை செய்யணும், பிரபலமாகணும், நாலுபேர் நம்மை மதிக்கணும்னு ஆசைப்பட்றாங்க. அவங்களுக்கு வழிகாட்டுனாப் போல சபை இருக்கணும்” என்று லட்சுமணன் தன் கருத்தைக் கூறினான்.

இதுவரை வாயைத் திறக்காமல் இருந்த அச்சகம் குப்புசாமி கூறினான். “வெளியே தறிக்காரங்க காத்திருக்கிறாங்க. ரகுவுக்கு வேலை இருக்கு. வந்த காரியத்தைப் பேசாமே வழவழா குழகுழான்னு என்ன பேச்சு? சபை நல்லபடி நடக்கணும் என்கிறதைப் பத்தி யாருக்கும் சந்தேகம் இல்லே. வேலை செய்யற நிர்வாகிகளை இந்த பீரியட்டுக்குத் தேர்ந்தெடுக்கணும். ரகு, உன்னை தலைவரா எலெக்ட் பண்றதுன்னு நாங்க தீர்மானம் செய்துட்டோம். அவ்ளோதான்.”

தன்னை ஏதாவது ஒரு பதவி ஏற்கச் சொல்வார்கள் என்று ரகு எதிர்பார்த்தான். ஆனால், தலைமைப் பொறுப்பே தன்னைத் தேடிவரும் என்று அவன் நினைக்கவில்லை. மாமனாராலும், மனைவியாலும் அவமானத்தில் வாழ்வதாக மனசுக்குள் கூனியிருந்தவனுக்கு தலைமைப் பதவி என்றதும், யாரோ தட்டிக் கொடுத்து நிமிர்த்திவிட்டாற்போல் இருந்தது. கூட்டத்துக்கு முன் நின்று பேச வேண்டியிருக்கும் என்று எண்ணியபோதே நெஞ்சு படபடத்தது. ஆனால், இவ்வளவு பெரிய பொறுப்பை தன்னால் நிர்வகிக்க முடியுமா என்று தயக்கமாகவும் இருந்தது.

“தலைவர் பதவியா? வேண்டாம்ப்பா. வேணுமானா நிர்வாகக் கமிட்டி மெம்பரா இருக்கேன்.”

“உன்னைவிட பெட்டர் காண்டிடேட் இங்க யார் இருக்கிறாங்க? படிச்சவன். பெரிய தொழிலிலே வேற இருக்கே” என்றான் லட்சுமணன்.

“அது சரி, ஒரு பொறுப்பை ஏத்துக்கிட்டா, அதை ஒழுங்கா கவனிக்கணுமே. எனக்கு அதுக்கு நேரமே இல்லியே?”

“ஒய்ஃப் திரும்பியாச்சு. அதனால நேரம் கிடைக்காது என்கிறியா? உன்னைப்போல் படிச்சவனெல்லாம் இப்படிச் சொல்லி ஒதுங்கறத்துனாலேதான் நம்ப சமூகம் பாக்வேர்ட் கிளாசாகவே இருக்கு. தலைவருக்கு என்ன வேலை இருக்கு? கூட்டத்துக்குத் தலைமை வகிச்சு நாலு வார்த்தை பேசணும். செக்குலே கையெழுத்து போடணும். அவ்வளவுதானே? காரியங்களைச் செய்ய வேண்டிய பொறுப்பு எல்லாம் செயலாளருக்குத்தானே?”

“செயலாளரா யாரைப் போட்றதா இருக்கிறீங்க?”

குப்புசாமி, “லட்சுமணனைத்தான் போடப்போறோம். தலைவரும் செயலாளரும் ஒத்துப் போறவங்களா இருக்கணுமில்லே?” என்று கூறினான்.

“பெரியவங்க, வயசானவங்க எல்லாம் இருக்காங்க. அவங்களை எல்லாம் விட்டுவிட்டு...”

“அவங்களை யார் விட்டாங்க?” என்ற குப்புசாமி. “கிருஷ்ணய்யரையும் ராஜகோபாலய்யரையும் உப தலைவர்களா போடப்போறோம்” என்றான் மேலும்.

“நிர்வாகத்திலே வெறும் தறிக்காரங்களை மெஜாரிட்டியா கொண்டு வரணும்னு ஒரு கோஷ்டி தீவிரமா வேலை செய்யுது, அவங்களை நம்பி சபை ஃபண்டைத் தர முடியுமா? அவங்களாலே நிதி சேர்க்க முடியுமா? வெளியூரிலிருந்து வர்றவங்க நம்மளைப் பத்தி என்ன நினைப்பாங்க?” என்று கவலைப்பட்டார் கிருஷ்ணய்யர்.

“ஒரு தறிக்காரனைத் தலைவனாக்கிவிட்டா நீயும் நானும் மெம்பரா இருக்க முடியுமில்லே? இதை எல்லாம் யோசிச்சுத்தான் உன்னை பிரசிடென்ட்டாப் போட்றதுன்னு முடிவு பண்ணினோம்” என்றார் குங்கா கிருஷ்ணய்யர்.

ஊர் நடப்போ, சமூக நடப்போ ரகுவுக்குத் தெரியாது. மனைவி வாழாவெட்டியாகப் பிறந்த வீட்டில் இருக்கிறாள் என்ற அவமானவுணர்ச்சி அவனை உலகத்திலிருந்தே இதுவரை விலக்கி வைத்திருந்தது. ஒரு கோஷ்டி எதிர்த்து வேலை செய்கிறது, தலைவர் தேர்தலுக்குப் போட்டி இருக்கும் என்றதும் அவனுக்கு அச்சமாகிவிட்டது.

“நீங்க சொல்றதைப் பார்த்தா தலைவர் தேர்வு யுனானிமஸா இருக்காது போல் இருக்கே?”

“அந்த பயம் உனக்கு வேண்டாம். நாம்ப நிறுத்தற ஆளை எதிர்த்து நம்பகிட்டே நெய்றவங்க யாரை நிறுத்துவாங்க?”

“போட்டி இருந்தா நீ நிற்க வேண்டாம், சரிதானே?” என்று விஷயத்தை முடிவுக்குக் கொண்டு வந்தான் குப்புசாமி.

“எதுக்கும் அப்பாவை ஒரு வார்த்தை...”

“அப்பாவைக் கேட்டா அம்மாவைக் கேட்கச் சொல்வாரு. அம்மா பெண்டாட்டியைக் கேட்கச் சொல்லுவா. புருஷன் தலைவன் ஆகிறதை எந்தப் பெண்டாட்டியாவது வேண்டாம் என்பாளா? இந்தப் பீரியடுக்கு நீதான் செளராஷ்டிர சபைத் தலைவர். ஞாபகம் இருக்கட்டும்?” என்று அடித்துச் சொல்லிவிட்டு எழுந்தான் லட்சுமணன்.

“இதை சொல்லத்தான் வந்தோம், வரட்டுமா?” என்று மற்றவர்களும் விடைபெற்றுக்கொண்டு புறப்பட்டார்கள்.

⊙